ആദർശചിഹ്നം

adarshachihnam
poems
•
sathyan madakkara
•
first edition
october 2017
•
published
chintha publishers, thiruvananthapuram
•
typesetting
star communications, thiruvananthapuram
•
cover
midas

വിതരണം
ദേശാഭിമാനി ബുക്ക് ഹൗസ്
H O തിരുവനന്തപുരം-695 035
phone: 0471-2303026, 6063026
www.chinthapublishers.com
chinthapublishers@gmail.com

ബ്രാഞ്ചുകൾ
ഹെഡ്ഡാഫീസ് ബ്രാഞ്ച് കുന്നുകുഴി • സ്റ്റാച്യു തിരുവനന്തപുരം • കെ എസ് ആർ ടി സി ബസ് സ്റ്റേഷൻ ആലപ്പുഴ • കെ എസ് ആർ ടി സി ബസ് സ്റ്റേഷൻ എറണാകുളം • മച്ചിങ്ങൽ ലെയ്ൻ തൃശൂർ • ഐ ജി റോഡ് കോഴിക്കോട് • മാവൂർ റോഡ് കോഴിക്കോട് • എൻ ജി ഒ യൂണിയൻ ബിൽഡിങ് കണ്ണൂർ • സെൻട്രൽ ബസ് ടെർമിനൽ കോംപ്ലക്സ് താവക്കര കണ്ണൂർ

CO - 2584 / 4453
ISBN - 978-93-86637-52-9

ആദർശചിഹ്നം

കവിതകൾ

സത്യൻ മാടാക്കര

ചിന്ത പബ്ലിഷേഴ്സ്
തിരുവനന്തപുരം-695 035

സത്യൻ മാടാക്കര

1962 ജൂൺ 29 ന് ജനിച്ചു. വടകരയ്ക്കടുത്ത് ഒഞ്ചിയത്തെ മാടാക്കര ഗ്രാമമാണ് സ്വദേശം. അച്ഛൻ: സി സി മാടാക്കര. അമ്മ: ശാന്ത. ബി ഇ എം യു പി സ്കൂൾ ചോമ്പാല, മടപ്പള്ളി ഗവ. ഫിഷറീസ് ടെക്നിക്കൽ ഹൈസ്കൂൾ, മടപ്പള്ളി ഗവ. കോളേജ് എന്നിവിടങ്ങളിലായി വിദ്യാഭ്യാസം. ഇപ്പോൾ യു എ ഇയിലെ ഫുജൈറ ദിബ്ബ സീ പോർട്ടിൽ ജോലി ചെയ്യുന്നു. *ദേശാഭിമാനി, കലാകൗമുദി, ചന്ദ്രിക* ആഴ്ചപ്പതിപ്പ് എന്നിവയിലെഴുതിത്തുടങ്ങി. കുറേക്കാലം അറേബ്യയിൽ നിന്നു പ്രസിദ്ധീകരിച്ച *അറേബ്യ* ദിനപത്രത്തിൽ കോളമെഴുതി. ആനുകാലികങ്ങളിൽ കവിത, ലേഖനം, നിരന്തരമായി എഴുതുന്നു.

കൃതികൾ: *മണൽ, കപ്പലില്ലാത്ത തുറമുഖം, ഒരു മത്സ്യവും ജലാശയം നിർമ്മിക്കുന്നില്ല, മഴ പെയ്തില്ല മയിലും വന്നില്ല, മലബാർ സ്കെച്ചുകൾ* തുടങ്ങിയവ. പുരസ്കാരങ്ങൾ: കൈരളി, അറേബ്യ അക്ഷരശ്രീ, അബുദാബി മലയാളി സമാജം, അരങ്ങ് അബുദാബി തുടങ്ങിയവ.

ഭാര്യ : ഗ്രീഷ്മ
മക്കൾ : ഗാർഗി, മേഘ്ന

വിലാസം : സാകേതം, കണ്ണൂക്കര പി ഒ
വടകര വഴി, കോഴിക്കോട് 673102
email : sathyanmadakkara@gmail.com
sathyanmadakkara@yahoo.com

ഉള്ളടക്കം

പ്രസാധകക്കുറിപ്പ്

സത്യൻ മാടാക്കര എന്ന കവിയെ മലയാളത്തിന് പരിചയമുണ്ട്. പ്രവാസ ജീവിതത്തിന്റെ നോവുകളും സംഘർഷങ്ങളും ഈ കവിതയിൽ വായിക്കാം.

രാഷ്ട്രീയമായ പ്രതിബദ്ധതയും കാവ്യപരമായ സൗന്ദര്യവും ഈ കവിയുടെ കവിതകളെ വായനക്കാരിലേക്കടുപ്പിക്കുന്നു.

കവിതയെ സ്നേഹിക്കുന്നവർ ഈ പുസ്തകത്തെ തിരിച്ചറിയുമെന്ന പ്രതീക്ഷയോടെ.

ചിന്ത പബ്ലിഷേഴ്സ്

ആദിയിൽ വെച്ചോരരിയും പൊലിക
കത്തിച്ചു വെച്ചൊരു ദീപം പൊലിക
ഊരുപൊലിക ഉലകം പൊലിക
നാടുപൊലിക നഗരം പൊലിക

കവിയോട് മലയാള കവിത

ഇന്നെനിക്ക്,
ജ്വല്ലറിയുടെ പരസ്യ
ഷൂട്ടിങ്ങിന് പോകണം
ജലഘലടികാര ഭാഷയൊന്നുമല്ല
സാദാ, ആളെപ്പിടിക്കുന്ന വാക്കുകൾ
വിസ്കിയും കോഴിക്കാല് പൊരിച്ചതും
കുറച്ചു കാശും കിട്ടും.
നിന്റെ കുമ്പളങ്ങ ഇരിപ്പിടത്തിന്
ഇന്ന് വിട.

ഇന്നെനിക്ക്,
'കടലുകൾ മൾബറിത്തോട്ടങ്ങളായ് മാറും'
എന്നു പറഞ്ഞ കവിത
വായിച്ചു കേൾപ്പിച്ച
സഖാവിനൊപ്പം തർക്കിക്കണം
ജീവിതമേ, ബഹളത്തിന്
എത്രകാലം കാവൽ
ചോദിച്ച് വെറുപ്പ് പിടിപ്പിക്കണം
കടലിന്റെ നീല മടക്കുകൾ

നീയിന്നൊറ്റയ്ക്ക് നോക്കി രസിച്ചോളൂ.
ഇന്നെനിക്ക്,
ഏട്ട മത്സ്യം വിളമ്പി കൊതി
തീർക്കുന്നവളെ വരാലിനെപ്പോലെ
ഇഴഞ്ഞ് കൊതിപ്പിക്കണം
മീൻവല മുറിച്ച ഭ്രാന്താസക്തിയോടെ
കട്ടിലിന്റെ കരച്ചിൽ കേൾക്കണം
അടുക്കളയിലെ പുക ശ്വസിച്ച്
വിറകെരിഞ്ഞ മണം അറിയണം

ഇന്നെനിക്ക്,
ദേശത്തിലും കാലത്തിലും
തോറ്റവരുടെ വാക്കുകളുടെ
കുളമ്പടിയൊച്ച കേട്ടിരിക്കണം
കണവയുടെ കറുത്ത മഷി വരയ്ക്കുന്ന
ഭൂപടത്തിൽനിന്ന് കുഞ്ഞാലിയെ കാണണം
അലസതയുടെ മരണം
അടിച്ചേല്പിക്കരുതെന്ന് വിളിച്ചു കൂവണം

ഇന്നെനിക്ക്,
മനുഷ്യ വിലാസക്കടവിൽ
കടല വില്ക്കുന്നവളെ പ്രേമിച്ചിരിക്കണം
പൊട്ടിപ്പോയ ഹാർമ്മോണിയത്തിൽ
ശ്രുതി തെറ്റിച്ച് തോറ്റവരുടെ പാട്ട് പാടണം

ഇന്നെനിക്ക്,
ദൂരം ശരി കൊണ്ടു കഴുകണം
സമയത്തിന്റെ പകുതി തേടി നടക്കണം
ചിറകടിയോ കിളിത്തൂവലോ ആയി
ഗ്രീഷ്മത്തെ പല പേരുമായ്
വിളിച്ചുണർത്തണം

ഔദാര്യത്തിന്റെ കശാപ്പുശാല
ഒറ്റ വാക്ക് കൊണ്ടു തകർക്കണം

ഇത്രയൊക്കെ സഹിക്കാനും പൊറുക്കാനും
പൊന്നു ചങ്ങാതീ പറ്റുമെങ്കിൽ
നീ നല്ല കൂട്ടുകാരനാണ്
ഇല്ലെങ്കിൽ മറന്നുകള
ഒരു ചേതവുമില്ല ലോകത്തിന്.

അടയാള വാക്കുകൾ

കൊടി

ചുമരെഴുത്ത് ത്രസിപ്പിച്ചത്
കൊടികൾ വീര്യം നിറച്ചത്
ആർക്ക് വലുതാക്കാനായിരുന്നു
നിറം
എന്നോട്
തർക്കിച്ചുകൊണ്ടിരിക്കുന്നു.

ആഗ്രഹം

ദൈവത്തിൽ ലയിച്ചു ചേരണേ
പക്ഷേ,
സ്വർണ്ണത്തിലും പണത്തിലും
കുളിച്ചവർ
ദൈവത്തെ
തങ്ങളിലേക്ക് ലയിപ്പിക്കാൻ
പാട് പെടുകയാണല്ലോ!

കുറ്റം

അന്യരെക്കുറിച്ച് എന്തും പറയാം
എന്തും കുത്തിനിറച്ച് കീറച്ചാക്കാക്കാം
നമ്മളിലുള്ള വിഷം
ആരിറക്കിത്തരും!

വില്പന

ഉള്ളത് നിലനിർത്താനല്ല
വില്ക്കാനാണ് നമുക്ക് താല്പര്യം
അദ്ധ്വാനം വില്ക്കുന്നവരെ
കയറ്റിയയച്ച്
നാടിപ്പോൾ
ആളില്ലാത്ത
വീടായിത്തീർന്നിരിക്കുന്നു.

തട്ടുകട

അതിരാവിലെ
പക്ഷികളുണരും മുമ്പെ
തട്ടുകട തുറന്നു
രാത്രി ഛർദ്ദിച്ചതൊക്കെ
തൂത്തു വൃത്തിയാക്കാൻ
വെയിൽ അരിച്ചരിച്ച് എത്തി.
    വിരിച്ച ചാക്കിൽനിന്ന്
    ചില്ലറ എണ്ണിയൊണ്ണിപ്പിച്ച്
    ഒരു ചായക്ക്
    ഭിക്ഷക്കാരൻ നില്ക്കുന്നു.
പുതിയ സിനിമാപ്പാട്ട്
ഡൗൺലോഡ് ചെയ്യുന്ന തിരക്കിലാണ്
രണ്ട് തുണിക്കട ലേഡീസ്
അവരെ നോക്കി വായ് തുറന്നു
ബസ് സ്റ്റാന്റിലെ മൈക്ക്
    തമിഴരും ബംഗാളിയും നേപ്പാളിയും
    കയറിയ ചുരം ബസ്
    ഇപ്പം പുറപ്പെടും
    ഭാഷയുടെ ബഹുരൂപിയായ പകൽ
    കുലുങ്ങിക്കുലുങ്ങി ഒച്ച വയ്ക്കുന്നു
    ചായ കുടിക്കണോ, വേണ്ടയോ
    മെഡിക്കൽ കോളേജിലേക്ക് പോകേണ്ട
    അയാൾ ആശയക്കുഴപ്പത്തിലായി.

15 ആദർശചിഹ്നം

സത്യൻ മാടാക്കര

ബസ് സ്റ്റാന്റിലെ സ്ലെയിറ്റിൽ
തട്ടുകട എഴുതി
ഇന്നത്തെ സ്പെഷ്യൽ
മരിച്ചീനി, മത്തിക്കറി
    നവോത്ഥാനം കണ്ട തീവണ്ടി
    കൂകിപ്പറഞ്ഞു
    ഹാവൂ ഓർമ്മകൾക്ക് നന്ദി!

പ്രവാസ വീടിന്റെ ആത്മകഥ

വാടക വീടായ പുരാതന കെട്ടിടത്തിൽ
പുറംലോകത്തിന് സമ്മാനിക്കാനേറെയുണ്ട്.
കൂർക്കം വലിക്കിടയിലൂടെ
വാതിൽ തുറക്കാൻ മുട്ടിഴഞ്ഞ് നടക്കണം.
ചരാചരനായി, വാക്കിൻ കൂട്ടായി
അല്ലകാലികനായി, ഭ്രാന്തുള്ള കയ്പായി
നിറഞ്ഞതാണ് മേൽവിലാസം.

തുച്ഛതയുടെ ബോറൻകളി
തമാശയെന്നറിയാം
ചിരിവറ്റിപ്പോയവർക്ക്
കരച്ചിൽ ഞെക്കിപ്പിഴിയുന്നവർക്ക്
അരാജക കലഹത്തിലുമുണ്ട് വറ്റ്
കടലിൽനിന്നു നീല മഷിയെടുത്ത്
സൂര്യനെനിക്ക് നീട്ടുന്നു.

ഭയന്ന ഇലകളുടെ പ്രാർത്ഥന
കഠിനദിനങ്ങളുടെ പേടിപ്പിറവി
ഒരു പിടി ചോറ്
നെഞ്ചിൽ പൊള്ളിക്കുന്നതൊക്കെ ഞാനെഴുതുന്നു.
വീടിന്റെ ക്ലോസപ്പിൽ
ഒരാത്മകഥ തെളിയുന്നു
പെഷവാറിലെ പഠാണി

കുന്നുകളിൽ വീട് സ്വപ്നം കാണുന്നു.
ഗല്ലികളിൽ സൈക്കിളോടിച്ച്
ബംഗാളി രബീന്ദ്രസംഗീതം പാടിയാസ്വദിക്കുന്നു
സഹനത്തിന്റെ ഒരടുക്ക് നെഞ്ചിൽ നിറച്ച്
സിലോണി പെൺകുട്ടി വാടിച്ചിരിക്കുന്നു
ഭായ് സാബ്, എന്നു വിളിച്ച് ഇറാനി നടന്നു വരുന്നു
സലാം ചൊല്ലി അറബിച്ചങ്ങാതി ലോഹ്യത്തിനെത്തുന്നു
ബഹുസ്വരത മറ്റൊരു ലോകം തുറന്നിടുന്നു
വല്ലാതെ ഉലയുന്നു
വെളിച്ചം ആഞ്ഞടിച്ച് മുഖം വിയർക്കുന്നു
വാടക മറിയലിന്റെ പുതുലോകത്ത്
രക്തം കുടിക്കാനെത്തുന്ന മണമെന്നറിഞ്ഞ്
ശ്വാസം മുട്ടുന്നു.
വീടിപ്പോൾ ഒരു പിഞ്ഞാണം കറി വിളമ്പുന്നു
കൂബൂസ് പകുത്തെടുത്ത്
എല്ലാവരും തിന്നുന്നു
കാലം പറയുന്നു.

നിങ്ങളിലാണ് നടന്നു തീരാ പ്രത്യാശ
സ്നേഹ ജ്വാലയുടെ മാനവിക സഖ്യം
സംശുദ്ധിയുടെ കുളിരു കോരും ഒഴുക്ക്

ഉഭയ സംഘർഷങ്ങളുടെ കാത്തിരിപ്പ്
മഴ ദാഹിച്ചു നില്ക്കുന്ന ഇലയ്ക്കേ അറിയൂ
നിലാവ് വീഴുന്നിടത്തു നിന്നേ
ഇരിപ്പു മുറിയുടെ കലഹമറിയൂ.
സരോദിന്റെ കരച്ചിൽ തെറിച്ചുവീണ വീഞ്ഞ്
പ്രവാസത്തിനേ ജലരാശിക്കൊപ്പം ലഹരിയാക്കാനാവൂ-
ചൂണ്ട കൊളുത്തി വലിച്ചിട്ട മീനിലുണ്ട്
വീടിന്റെ വിവർത്തനം
വേപ്പു മരച്ചില്ലയിലുണ്ട്
കാണിയും ക്രിയയും കൂടിച്ചേർന്ന പച്ച.
അടക്കി വെച്ചത് പുറത്തൊഴുകാൻ
ഒറ്റക്കരച്ചിൽ മതി
മഴയിലേക്ക് കൈ മലർത്തി
വിശാലതയിൽ ഞാനതനുഭവിക്കുന്നു.

തുറന്നു കാട്ടൽ

രാജ്യം വിട്ടു പോകുമ്പോൾ
അതിരുകൾ ഭേദിക്കുമെങ്കിലും
സുഖകരമല്ലാത്തത്
പരിവർത്തിക്കപ്പെടാനാകാതെ ശ്വാസം മുട്ടിക്കുന്നു
മുൻ മാതൃകയില്ലാതെ
ഉഭയ ജീവിതം പിളർന്ന് തീ പടർത്തുന്നു
മദ്യപാനത്തിനോ കൂട്ടം കൂടലിനോ ഒതുങ്ങാതെ
ആഗോള എച്ചിൽ കണ്ട് കലമ്പുന്ന
കാക്കയായിരിക്കാൻ തോന്നുന്നു.

ഭാഷയിലെ മുയൽക്കുട്ടിയെ
മഞ്ഞത്ത് നിന്ന് സംരക്ഷിക്കുന്നു
നിറം ചുരണ്ടി
ദാഹം തീർക്കരുതെന്ന് പലവുരു പറയുന്നു.
ചോദ്യങ്ങൾ വിഴുങ്ങി
മരിച്ചു പോകുന്നതിലും ഭേദം
ചോദ്യത്തിന്റെ കത്തിയേറിൽ നില്ക്കലെന്ന്,
നാലു ഭാഗവും നിറഞ്ഞ വെള്ളത്തിൽ നിന്നേ
കടലിനെയറിയൂയെന്ന്,
നിർഭയ ജീവിതത്തിൽ
ഓരോരുത്തരും വീട് പണി തീർക്കുന്നെന്ന്
സുഖകരമല്ലാത്തത് ഓർമ്മിപ്പിക്കുന്നു.

ഏത് നേരത്തും
താഴ്വരയിലലയുന്ന തലയില്ലാത്ത ഒട്ടകം
കടലിൽ കാലിറക്കി വെയില് കായുന്ന വന്മരം
ഇരുട്ട് നിറയുന്ന ജലാശയം
ഒരതിരിലും പെടാതെ
നമ്മളങ്ങനെ ഒലിച്ചു പോകുന്നു.

വിഷം കുടിച്ച നിലാവ്

ജലാശയങ്ങളുടെ അടിത്തട്ടറിയുന്ന
കക്കകളും മത്സ്യങ്ങളും
വാക്കിനോട് തർക്കത്തിലേർപ്പെട്ടു
വെടിയേറ്റ് രക്തം ചിതറിയ കൊക്കിനൊപ്പം
ഒഴുക്കുമായി ജലാശയം
ഒറ്റ ദിവസംകൊണ്ട് കുമ്മായം ആയിപ്പോയ കക്കകൾ
ഒറ്റ രാത്രി മുള്ളായിത്തീർന്ന മത്സ്യങ്ങൾ
മൗനത്തിലൊളിച്ച വാക്കിനോട്
വീണ്ടും വീണ്ടും അഭ്യർത്ഥിച്ചു
'ഇറങ്ങി വരൂ, തെരുവിലേക്ക്
തെരുവിന്റെ മക്കളുടെ നാവിലേക്ക്'
പെയ്തിറങ്ങിയ വാക്ക്
പ്രേമം നല്കി ഇലകളെ വളർത്തിയപ്പോൾ
പക്ഷികൾ കൂട് വിട്ട് ആകാശത്തിലെത്തി
വെയിലിനൊപ്പം തുമ്പികൾ
കാറ്റിനൊപ്പം ആടുകൾ മേഞ്ഞു
മരണം ജീവിതം
നഗ്നമായ തെരുവിന്റെ കരുണ തേടി
ജലാശയത്തിലിറങ്ങി കാല് നനച്ചു.
തിരമാലകൾ വാക്കുകളെ ഉയർത്തി
സൂര്യനിലേക്ക് കൈമലർത്തി.

മരുഭൂമിയിലെ കവിത
വിഷം കുടിച്ച നിലാവ്
തിങ്കളാഴ്ച കഫ്റ്റീരിയയിൽ
ചൊവ്വാഴ്ച ഹസ്സയിൽ
ബുധനാഴ്ച അറവ് ശാലയിൽ
വ്യാഴാഴ്ച ബംഗാളി കുണ്ടന്റെ തോട്ടത്തിൽ
വെള്ളിയാഴ്ച ആഘോഷ വെള്ളം കളിയിൽ
ശനിയാഴ്ച മത്സ്യങ്ങളുടെ കൂട്ടുകാരൻ
ഞായറാഴ്ച ബദുക്കൾക്കൊപ്പം
പിന്നെയുമുണ്ട്
ഇ-മെയിലായി
ഗ്ലോബൽ എഴുത്തായി
ആകാശ പറക്കലായി
ഉച്ച നവീനത
സാഹിത്യത്തിലെ പാണ്ടികശാല
പൊളിഞ്ഞ് പാളീസാകുമ്പോൾ
തല നരച്ചവരും കോട്ടിട്ടവരും
സംബന്ധം കൂടാൻ വരുന്നു
പല്ല് കൊഴിഞ്ഞ ചോദ്യവുമായി നില്ക്കുമ്പോൾ
ദയവ് ചെയ്ത് ആട്ടിപ്പായിക്കല്ലേ.

ജലാശയത്തിൽ കലർന്ന ചോര

ക്രൂരയുള്ളവന്റെ
ഇല്ലാത്തവന്റെ
മഴ ഒന്നല്ല

പെരുമഴയിൽ
കുടയില്ലാത്തവരുടെ
കൂടെയാണ് നമ്മൾ ജീവിക്കുന്നത്.

കോഴി കൂകുന്ന
ഓരിയിടൽ തുടരുന്നു
ചീവീടുകളുടെ ഒച്ച
അസ്വസ്ഥപ്പെടുത്തുന്നു

പുഴയുടെ നടുക്കുള്ള തുരുത്തിൽ
അഹിംസയുടെ വിത്ത് മുളപ്പിക്കാം
ഭയമില്ലാത്ത പൂവ്
സൂര്യനിലേക്കു കൈനീട്ടട്ടെ

അകാലത്തിൽ മൃത്യു വിഴുങ്ങിയതെല്ലാം
ദിക്കുകളായി ചെവി തിന്നുമ്പോൾ
ജലനൂലുകൾ തുന്നുന്നത്
നമുക്കുള്ള പച്ചത്തൂവാല

മഞ്ഞ വെയിൽ പിളർന്ന പാറയിലെ ഉറവ
വീട് അല്ലെങ്കിൽ മറ്റെന്താണ്?

അളന്നാലും അളന്നു തീരാത്തത്
മനുഷ്യന്റെ അളവ്
അതിന്റെ അഹങ്കാരത്തിനു താക്കീത്
ഭൂമി കുലുക്കും കൊടുങ്കാറ്റ്, സുനാമി.

പക്ഷിപ്പനി, ചിക്കൻ ഗുനിയ
നടുക്കടലിലെ ആത്മാക്കൾ
മത്സ്യങ്ങളുടെ മുള്ളായി
ചങ്കിൽ കുത്തി.

ഉയർത്തെഴുന്നേല്ക്കുമ്പോൾ
എല്ലാ അഹങ്കാരവും
തോല്‌വിയായി മുട്ടുകുത്തുന്നു.

ഒഴുകിപ്പോവില്ല
ജലാശയത്തിൽ കലർന്ന ചോര....

മഷിപ്പാത്രം

കവിതയുടെ മഷിപ്പാത്രത്തിൽ നിന്ന്
നട്ടുച്ച ഇറങ്ങി വന്നു.
ഉന്മാദ രൂക്ഷത, വന്യത, ഒരമറൽ
ഇടയ്ക്കിടെ
പേപ്പർ തിന്നുന്ന ആടിനെ
തല ഉയർത്തി നോക്കുന്നു
മരുഭൂമി കുഴിച്ച് പ്രസവിച്ച പകലിനെ
തിരയുന്ന വെയിലിന് സലാം വെക്കുന്നു
കണവ തുപ്പിയ ഇന്ത്യൻ മഷി
വിരലുകൾ കൊണ്ട് ചാലിക്കുന്നു.
ആട്ടിൻ കൂടിൽ നിന്ന് കണ്ണേറിയുന്ന
ലങ്കിണിയെ നോക്കി ആർത്തി തീർക്കുന്നു
ബംഗാളിയുടെ സൈക്കിളിലെ
മീൻ കൊട്ടയിലെ വലിയ മത്സ്യം പുറത്തെടുക്കുന്നു
വാടക വീട്ടിലെ പഴയ കത്തുകൾ നിരത്തി
ഗുലാൻ എവിടെയെന്നു പിറുപിറുക്കുന്നു
മത്തി നോക്കി
മലയാളിയെ കണ്ടതുപോലെ നില്ക്കുന്നു.

നേരം കെട്ട നേരത്ത്
ഹഡ്ഢയിലേക്ക് പോകണം
ഹുക്ക കടയിലിരുന്ന് പുകയൂതണം
മാർക്കറ്റിൽ നിന്ന്

പച്ചക്കറിക്ക് വില പേശണം
പൂതികൾ എന്തൊക്കെ,
അവന്റെ തല കത്തുന്ന വിളക്ക്
ഞാനോ ചിതയിലെ വെളിച്ചം.

ഈ അൺഫിറ്റ് ആരോട് പറയാൻ
വെറുപ്പ് പിടിച്ചും തിരക്കിട്ടും
ഓരോരോ അനിശ്ചിതത്വം.
കനമില്ലാത്ത നെടുവീർപ്പിൽ തൂങ്ങി
ചിലതൊക്കെ വെളുപ്പിക്കാനിറങ്ങുന്നു
എത്ര കഴുകിയാലും പോവാത്ത
കറുത്ത പാട് എനിക്കല്ലേ അറിയൂ.

ഒന്നിനും കൃത്യതയില്ല
മഷിപ്പാത്രം
ഓരോ ദിവസവും നടത്തിക്കുന്നു.
കടലിനൊരു കരയുണ്ടെന്ന വിശ്വാസം
ചലനാത്മകമായ ജീവിതപ്രത്യാശ.

ഇരുപത്തൊന്നാം നൂറ്റാണ്ടിന്

വയർ നിറഞ്ഞവരോട്

അടുക്കള
പൂമുഖത്തിരിക്കുന്നവരെ അറിയിക്കുക
ചില്ലറ പണിയല്ല
എന്നിട്ടും
അലക്കി, കഴുകി, തൂത്ത്
വെച്ചു വിളമ്പി നില്ക്കുമ്പോൾ
'അഴുക്കുകളുമായി മൃഗമേ'
എന്നാണ് വിളി.
വയർ നിറഞ്ഞവരോട്
വാസ്തവം പറഞ്ഞിട്ട് കാര്യമില്ല
അവരുടെ സ്വപ്നം
ഇറച്ചിക്കനമുള്ള പിടക്കോഴി

ഇരട്ടത്താപ്പ്

ചാക്കിൽ കെട്ടി വഴിവക്കിലുപേക്ഷിച്ച അപമാനം
ആരും അഴിക്കാതെ വെയിൽ കൊള്ളുന്നു
വാർത്താമുറിയിൽ
മസിലുപിടിച്ചവരുടെ വലിഞ്ഞു മുറുകൽ
തെറിവിളി നമ്മൾക്ക് വാചാലത
മൗനം സ്വസ്ഥത
എന്തൊരു ഇരട്ടത്താപ്പ്

കെടാത്തവെളിച്ചം

ഒരു വീട് ഇരുട്ടിലാക്കുന്നവർ
എന്തിനെന്നറിയുന്നില്ല
വീടിന്
ഇരുട്ട് തിരിച്ചറിയാനുമാകുന്നില്ല.
ഒറ്റക്കാലിൽ നില്ക്കുന്ന കൊക്കിനെ
ആർക്കും വെടിവെച്ച് കൊല്ലാം
ജലാശയത്തിൽ കലർന്ന ചോര
കഴുകിക്കളയാനാവില്ല.
സന്ധ്യയ്ക്ക് കടലിൽ താഴുന്ന സൂര്യനെ നോക്കി
ഇരുട്ട് സമാധാനിക്കുമ്പോൾ
വെളുപ്പിനെ ചുകപ്പിൽ കുളിച്ച്
വെളിച്ചപ്പരപ്പായി ഉദയം
അതിലുണ്ട്
കെടാത്ത വെളിച്ചം.

കായിക്കര

കായിക്കരയിലേക്കെത്തുവോരേ
ലോക രഹസ്യമറിഞ്ഞിടേണം
സ്നേഹോപാസന തിങ്ങി വിങ്ങി
വാകപോൽ പൂത്ത് ഉലഞ്ഞിടേണം
ഒരിറ്റു തണ്ണീർ പകർന്നേകിയ
ശരണം വിളിയാകെ മുഴങ്ങിടേണം
കടലൊരു രാ മായ് കാവ്യമായി
കരളിൽ തിരതല്ലി നിറഞ്ഞിടേണം.

കീഴാള വേദന ശക്തിയാക്കി
മണ്ണിന്റെ സത്യം കുട നിവർത്തി
കൂച്ചുവിലങ്ങില്ല തീണ്ടലില്ല
മനസ്സാണിവിടെ പരമ സത്യം.
കായിക്കരയെന്നും കാത്തിരിക്കും
വീടു വിട്ടെത്തുന്നോരിവിടെ പാർക്കും
ആശാൻ അവർക്കാശാനായിരിക്കും
പുതുജാഗ്രത പകർന്നു മനസ്സറിയും

ഊരും പൊരുളും നിനവിലെന്നും
ഊട്ടിയുറച്ച കിളച്ച പാടം
ദുരവസ്ഥയെന്തെന്നറിഞ്ഞു നിന്ന
മലബാർ നാടോടി ഭൂമിശാസ്ത്രം
എല്ലാരുമെല്ലാമൊരു മരത്തിൻ

ചില്ലകളെന്നു പറഞ്ഞ ശീല്
പെരുകി തിടം വെച്ചു പുതുകളരി
ചുവടുറച്ചീടുന്നൂ നന്ദി... നന്ദി...!!!

പറയുവാൻ പാടുവാനിവിടെയെന്നും
ഒരുമകളൊന്നിച്ചുയർന്നിടേണം
ദ്രുതതാളവേ കുത്തൊഴുക്കിൽ
അറുപകൽ ചങ്ക് ഉടച്ചിടേണം
അറിയാക്കഥകളിൽ കണ്ണുടക്കി
അറിവിലേറെ പിടിപ്പു വേണം
കൂട്ടുകാരായി നിറഞ്ഞു നിന്നു
ആശാൻ നിനവിൽ തിളങ്ങിടേണം.

(*ലീലാകാവ്യ*ത്തിന്റെ നൂറാം വർഷത്തിൽ
കുമാരനാശാന് സമർപ്പണം)

മീൻ ലോറിയിൽ ഒലിച്ചിറങ്ങിയ ചോര

മീൻ ലോറിയിൽ നിന്ന് ഒലിച്ചിറങ്ങിയ
ചോര നനഞ്ഞ്
കടലിലെ ദുഃഖത്തിന്റെ വിത്ത് മുളച്ചു.
അതൊരു അമ്മമരമായി
ചില്ലകളിൽ അടയാത്ത മത്സ്യക്കണ്ണുകൾ
വിരിയിച്ചു.
ആ വെളിച്ചത്തിൽ നിന്ന് വിട്ടുനില്ക്കാനാവാതെ
പണ്ടെങ്ങോ മുങ്ങിയ കപ്പലിന്റെ
കണ്ണാടിച്ചില്ലുകൾ ചേർത്തുവച്ചു
തിരകൾ മരിച്ചവരുടെ പേരെഴുതാൻ തുടങ്ങി.
അടുക്കളയിൽ പൊരിച്ചമീൻമണം
തലപ്പാവുള്ള കുപ്പിയിലേക്ക്
കൈചേർത്തുവെക്കുമ്പോൾ
ഉപ്പുകലത്തിൽ കണ്ണീരൊഴുക്കി
മുട്ടുകുത്തിപ്രാർത്ഥിച്ചു.
മരിച്ച വീടിലകപ്പെട്ട നിലവിളിയായി
പുക പുറത്ത് പോകാനാവാതെ വിങ്ങിനിന്നു.
മരണം
റെയിൽവേട്രാക്കിലെ
എൻഡോസൾഫാന് തളിച്ചപാടത്തിലെ
ചാലിയാറിലെ നീറും ചിത്രങ്ങൾ വരച്ച്
മൃത്യുവിന്റെ ഇരുട്ട് കണ്ടെത്താൻ പറഞ്ഞു.

മീൻലോറിയിൽ നിന്ന് ഒലിച്ചിറങ്ങിയ ചോര
കടലിൽ നിന്നുള്ള പരേതാത്മാക്കളായി
കേണപേക്ഷിച്ചു.
അരുത്...
ചെകുത്താൻ കണ്ണില്ലായ്മകൊണ്ട്
ഭൂമിയെ നോക്കരുത്... അരുത്....!

അപൂർവ്വ സൗഹൃദം

ചങ്ങാതി

പലപ്പോഴായി
കൂടെ നടക്കാൻ വിളിച്ചിരിക്കുന്നു പ്രണയം
പക്ഷേ, പേടിയാണ്
ഓടാനാണ് അവനിഷ്ടം
അകലെനിന്നുള്ള അടുപ്പം
ചങ്ങാതിയെ നഷ്ടപ്പെടുത്തില്ല
എന്ന ചൊല്ലുണ്ടല്ലോ
അങ്ങനെയാണ് ഞങ്ങളുടെ ചങ്ങാത്തം.

തീപിടിച്ച വീട്

തീപിടിച്ച വീട്
നാടിന്റെ കരച്ചിൽ
പേടി സ്വപ്നം കണ്ടെന്റെ
ഉറക്കത്തിലെപ്പോഴും ഞെട്ടൽ
തണുത്ത ശാന്തത
എന്നൊന്നുണ്ടാകുമോ?
അപ്പോൾ ഞാനങ്ങോട്ട് പോകും
തൊഴിൽ നഷ്ടപ്പെടുത്താനാണോ ഭാവം
ചെകുത്താൻ ചോദ്യത്തിൽ
ഉത്തരം മുട്ടിപ്പോയി.

മഴയിലേക്ക് കൊക്കു നീട്ടി കടൽ

വയർ നിറയെ വെള്ളമുണ്ടായിട്ടും
മഴ കുടിക്കാനാണ്
കടലിന് മോഹം
പൊന്നുരുക്കുന്ന പോക്കുവെയിലിനോട്
പകരം ചോദിക്കാനായി
ദിഗംബര ശക്തിയോടെ
സുനാമിയെ അഴിച്ചുവിടും.
ഭയത്തിന്റെ തുറമുഖ വാതിൽ തുറന്നിട്ട്
ഉപ്പിൽ വിഷം ചേർക്കാതെ
കടലിടുക്കിൽ നില്ക്കെ
ഇരുട്ട് കലർന്ന വെളുപ്പ് പിടിച്ചു വലിക്കുന്നു.
ഓക്സിജൻ കിട്ടാതെ നില്ക്കുന്ന
മരം കരച്ചിലോടെ
അതിൽ പക്ഷിക്കൂട്ടം ഒഴിഞ്ഞ കൂട്.
കൊല്ലപ്പെട്ട ചങ്ങാതിയുടെ ചോരകണ്ട്
നിനക്കുറങ്ങാനാവുമോ എന്ന് രാവ്
ഘാതകരുടെ ആവനാഴി കത്തിപ്പോകണേ
കവിതയിൽ അതാണ് പ്രതിരോധം.
നിറങ്ങൾ കുത്തിയൊലിക്കുന്ന
അസ്തമയം നോക്കി
അകം നിറയെ നീലയോടെ
മഴയിലേക്ക് കൊക്ക് നീട്ടി കടൽ.

ഉപേക്ഷിക്കപ്പെട്ട തെരുവ്

തെരുവിൽ നീയും ഞാനുമുണ്ട്.
ഇരുട്ടിലടുപ്പിച്ച കപ്പലിന്റെ വെളിച്ചം
ഓർക്കുന്നില്ലേ
കല്ലും മണ്ണും കായ്കനികളും
പുഴയും പുള്ളുവൻപാട്ടും
തീച്ചാമുണ്ഡിയും നമ്മളായത്
നമ്മുടേതാകാൻ പുറപ്പെട്ട്
എല്ലാം നമ്മളിൽനിന്നും പിടിച്ചുപറിച്ചത്
മറക്കാനാവുമോ?

കപ്പൽ എച്ചിൽ നാനാദേശത്തേക്കും
കൊണ്ടു വന്നിടുമ്പോൾ
ചോറിനും വീടിനുമായി
നമ്മൾ മറുനാട്ടിൽ കഷ്ടപ്പെടുന്നു.

കണ്ണീരും തീയും വളച്ച വാരിയെല്ലുകൾ
വീടിന്റെ മേല്ക്കൂര പണിയുന്നു.

ചതിക്കില്ല
വിയർപ്പും അദ്ധ്വാനവും കൂട്ടിപ്പിരിച്ചത്
വീടിനറിയാം.

തെരുവ് വളർത്തിയവർ ഓർമ്മയുടെ പുത്തൻ കടവുകളിൽ
തെരുവിനെ പുതുക്കിപ്പണിയുന്നു.

ലോകത്തോളം വളർന്നാലും
അധികാരഭ്രാന്തിന്
മാറുന്ന ലോകത്തിൽ എത്ര ആയുസ്സ്?

കല്ല്

കല്ലിലെന്തിരിക്കുന്നു
കല്ലിൽ പേരും അരുളുമിരിക്കുന്നു
കല്ല് നാടിനെ മാറ്റിപ്പണിയുന്നു
പ്രപഞ്ചമാതാവിന്റെ മുലകുടിച്ചു വളർന്ന
കല്ലിൽ സകലതും ഗുരു കണ്ടെത്തി
നമ്മൾ കണ്ണാടി നോക്കി നില്ക്കുമ്പോൾ
കല്ലിൽ നോക്കി ഗുരു ലോകത്തെ വായിച്ചു
അനുകമ്പയുള്ള കണ്ണിലെപ്പോഴും
ആത്മചൈതന്യം വെട്ടിത്തിളങ്ങുന്നു
അകത്തും പുറത്തും ഒഴുകുന്ന ജലത്തിലെ
തോണിയുടെ പൂർവ്വം കല്ലെറിയുന്നു.
കല്ലിലെല്ലാമിരിക്കുന്നു
കയ്പിലെ മധുരമായ്
ചിതയിലെ വെളിച്ചമായ്
മണ്ണിന്റെ മണമറിഞ്ഞു
കല്ല് വീട് പണിയുന്നു
കല്ല് ചതിക്കില്ല വീടിനെ
പലയിടങ്ങളിൽ കല്ലിന് കാവൽമുഖം

ഇന്നിന്റെ മണം

പഠാണിയുടെ ടാക്സിയിൽ കയറി
മലയാളി ഗ്രോസറിയിൽ പറ്റ് ഉറപ്പിച്ച്
ശ്രീലങ്കൻ സിംഹളത്തിയോട് പിരിച്ച്
അറബിയോട് സലാം പറഞ്ഞ്
വാടകമുറിയിലേക്ക് ചെല്ലുമ്പോൾ
ഇന്നിന്റെ മണം എന്നെ പൊതിഞ്ഞു
ചില വിലക്കുകളുണ്ട് പലപ്പോഴും
മതം, പാർട്ടി, ജാതി- ലക്ഷണശാസ്ത്രം ചൊല്ലി
കുരുക്കുള്ള വലയെറിയുമ്പോൾ
അതിൽ കുടുങ്ങി കാലിട്ടടിക്കാനേ പറ്റൂ.
ദേശാടനം
ജലാശയത്തിന് മേലെയുള്ള കലക്കം
മത്സ്യങ്ങളറിയുന്നില്ലെന്ന്
നമ്മളോട് പറയാതെ പറയുന്നു.
സുന്ദരമായ നിലാവ്
ഭൂമിയെ ചേർത്തു പിടിച്ചെഴുതിയ കവിത
ഞാനിപ്പോൾ വായിച്ചുകൊണ്ടിരിക്കുന്നു
അതിന് ഇന്നിന്റെ മണം.
ഇന്നലത്തെപ്പോലെതന്നെ
ഇന്നിനുമുണ്ട് വമ്പും കൊമ്പും ചിതറലും
തേടിപ്പിടിക്കലാണ് വാസ്തവം
മൂക്കു ചേർത്തുപിടിച്ച് വലിച്ചെടുക്കാം
ഇന്നിന്റെ മണം.

ഉറ കുത്തുന്നത് ഒരു മരവും സഹിക്കില്ല

സങ്കടങ്ങളുടെ ഇലകളുമായി
വീടിന്റെ ഉമ്മറത്ത് നില്ക്കുന്ന
മരം പറഞ്ഞു:
രക്തത്തിലും നിഴലിലും കിടന്ന
എന്റെ തടികൊണ്ട് മക്കൾക്ക്
തൊട്ടിൽ ഉണ്ടാക്കാൻ പറഞ്ഞിട്ടും
കുരിശു നിങ്ങൾ പണിതു
പാവപ്പെട്ടവന്റെ വീടിന്റെ
വാതിൽ ആഗ്രഹിച്ചിട്ടും
ജയിലിന്റെ കഴുക്കോലുകളാക്കി മാറ്റി
കുമ്മായം തേച്ചു പിടിപ്പിക്കുമ്പോൾ
ജലജീവിതം നനച്ച കക്കനാളുകൾ
ഓർക്കാത്തതുപോലെ മറവിയോ ആദർശം!
തടഞ്ഞാലും ചിലത് അതിജീവിക്കും
ഒരിലയും താഴേക്കുനോക്കി കൈ മലർത്തുന്നില്ല
മുറ്റത്തെ പേരമരം കാറ്റിലാടുമ്പോൾ
എത്ര നല്ല കവിത
നാട്ടുകാർ കുഴിപ്പിച്ച കുളം

എത്ര വലിയ ദാനം
പന്തിഭോജനം
എത്ര വലിയ നിർഭയത.
ചിതയിലെടുത്ത് വച്ചോളൂ
ഉറകുത്തുന്നത്
ഒരു മരവും സഹിക്കില്ല.

ആദർശ ചിഹ്നം

ചൊൽക്രമങ്ങളിണക്കത്തോടെ
മഹാപ്രവാഹങ്ങളെ ധ്യാനിച്ചു
നിത്യജീവിത സത്യകർതൃത്വം
വായിച്ചെടുക്കട്ടെ
കേൾക്കലും കാണലുമായി ഇല്ലായ്മക്കനം
പറ്റുന്നില്ല മറവിക്കൊപ്പം
ഒത്തുചേർന്നു പോക്ക്
മുയലിന്റെ ഞെട്ടിപിടയൽ
കുടൽ പുറത്തുചാടിയ ആട്
കാളകൂടം നിറഞ്ഞപുഴ
വലിച്ചടുപ്പിക്കുന്നു
കറുത്ത തിരശ്ശീലയ്ക്കുള്ളിലെ
തൊപ്പിക്കാരനും തോക്കും
ആട്ടിൻ തോലണിഞ്ഞ
ചെന്നായയെന്ന്
മനസ്സ് വിലക്കുന്നു
തുടിക്കുന്നത് വാക്കിനുള്ളിലെ
സൂര്യനോ
തീർപ്പ് വാഴുമിടം പരതുന്ന
ഇലയിൽ പൊതിഞ്ഞ കണ്ണോ?
മാംസരുചിയിൽ തെളിയില്ല

മഴത്തുള്ളി, ചിറകടി
ദേശം
തൂക്കിവില്ക്കുന്നവർക്കറിയില്ല
മഹാത്യാഗികളുടെ ആദർശം

തിങ്ക് ഗ്ലോബലി ഏക്റ്റ് ലോക്കലി

വാഴ്ത്തിപ്പാടാൻ ഒന്നുമില്ല
ഓരോന്നായി പാതാളത്തിലേക്ക്
ഗുസ്തിക്കായി എണ്ണപുരട്ടി ചന്ത ഉഷാറാകുന്നു
പട്ട് സാരികളോട്
മാക്സി-ചുരിദാർ ബെറ്റ് വയ്ക്കുന്നു
ബോംബെ സേഠ്
ഗുണ്ട് അടങ്കലായി ലേലത്തിനെടുക്കുന്നു
ചെക്കന്മാരുടെ ഉത്സവകാലം
സൂസന്നമാർക്ക് ഓണക്കാലം.

തലശ്ശേരിയിലെ കുട്ടി
ദൈവത്തിന് പരാതിയെഴുതുന്നു
ബാങ്ക് പൊളിയുന്നു
നാട് മെലിയുന്നു
അയൽക്കാരൻ ആത്മഹത്യ ചെയ്യുന്നു.

കേരളം കഴുക്കോലിൽ തൂങ്ങിയാടുമ്പോഴും
നമ്മളിപ്പോൾ കേൾക്കുന്നു
"ഈ കട്ടിലിൽ ഏതരുകിൽ
കിടത്തിയാണ് നിന്നെയവർ...?"
ഏതനക്കവും മുണ്ട് നനയ്ക്കുന്നു
കിതപ്പറിയാൻ
ഏത് ഭാവന, ഏത് മലയാളി?

ഓപ്പൺ ബാറിൽ സംസാരം കസറുന്നു
എടോ, നിന്റെ നാട്ടിലെ കല്ലുമ്മക്കായ പൊരിച്ചത്
വടക്കൻ ഓർമ്മകൾക്ക് വിരുന്നാകട്ടെ
തിങ്ക് ഗ്ലോബലി, ഏക്റ്റ് ലോക്കലി
അതാണെടോ കോളയൊഴിച്ച ചാരായം.

ഇരുട്ടിന്റെ വിശപ്പിൽ
ഇലപ്പച്ച കത്തുന്നു.
കൊന്നുതിന്നുന്ന തിരക്കിൽ
ഒരുപാട് വീടിന്റെ അടുപ്പ് കെട്ടിരിക്കുന്നു.
കുഞ്ഞുങ്ങൾ, ഭാര്യ
പ്രായമായവർ വഴിയാധാരമായിരിക്കുന്നു.
ഏത് കൊടിക്ക് തണുപ്പിക്കാനാവും
മരണവീടിന്റെ നിലവിളി.

ചങ്ങാതീ,
നീ യൗവന പ്രാപ്തയായ ഭൂമി
കമ്പ്യൂട്ടർകൊണ്ട് അളക്കുന്നു
ഞാൻ
പാതാളത്തിൽ മഹാബലിയെ കാണാൻ പോകുന്നത്
അവിടെയാണ്
ആയുധങ്ങളെക്കുറിച്ച് ആധികൊള്ളുന്ന കവിത.

അലങ്കാര മത്സ്യം

കടലിലല്ലെങ്കിലും ചില്ലുകൂട്ടിലെ
സുഖം പങ്കിട്ടു വയർ നിറച്ചു
വാലിളക്കി നിന്നാൽ മതിയല്ലോ
വറവുചട്ടി കാണേണ്ട, പൊരിച്ചെടുക്കില്ല
കണ്ണിനാനന്ദമായ്, വീടിനഭിമാനമായ്
മുകൾപ്പരപ്പിലെത്തി, ഊളിയിട്ടാൽ
വീട്ടുടമസ്ഥനും അതിഥിക്കും സന്തോഷം.
കുറച്ചു മീനുകളിങ്ങനെ സുഖിക്കുമ്പോൾ
കരിമീനായി മണക്കുന്നുണ്ട്
കണവയായ്, ഞണ്ടായ് കയറ്റി അയയ്ക്കുന്നുണ്ട്
സ്രാവായി തോൽ പൊളിക്കുന്നുണ്ട്
മുള്ളും തലയുമായ് ഷാപ്പിൽ മുളക് പുരളുന്നുണ്ട്
മീൻ വംശത്തിലെ കൂട്ടുകാർ.
ജീവിതം സ്വസ്ഥം
അലമ്പില്ലാതെ, ഭയാശങ്കകളില്ലാതെ
അന്നത്തിനു മുട്ടലില്ലാതെ
ചൂണ്ട കാണാത്ത താവളം.
വലിയ കപ്പൽ നങ്കൂരമിട്ടു മുട്ടയൂറ്റി
വംശനാശം വരുത്തിയാലെന്താ
സ്വീകരണമുറിക്ക് അലങ്കാരമായ്
ചിറകിളക്കി സ്വർണ്ണമത്സ്യമാകാമല്ലോ
മത്സ്യമെന്ന പേരു മതിയല്ലോ
കമ്പോളത്തിനും ദല്ലാളിക്കും.

ആട്

ആടിനെ പോറ്റി ജീവിച്ചിട്ടും
ആന നാട് കീഴടക്കി
അജ മാംസ രസായനം കഴിച്ചു
ആളുകൾ ചാനൽ നോക്കി ആനക്കഥ രസിച്ചു.

ആട്ടിറച്ചി കുരുമുളകിട്ട് മൂപ്പിച്ച്
എരിവോടെ നക്കി തിന്നു.
ഉത്സവത്തിരക്കിൽ
ആനപ്പുറത്തിരുന്നു വിശറി വീശി
പോറ്റിയവരല്ല
തെളിക്കുന്നവർ യജമാനന്മാർ.

അമ്പലത്തിൽ ആനകേമനാകുമ്പോൾ
ആട്, പശു വാദ്യങ്ങളിലെ തോലായി
കവിതയിലും നെറ്റിപ്പട്ടം കെട്ടി ആനകൾ
ആട് മുൻ നിരയിലെത്താൻ
ആഢ്യത്വം സമ്മതിക്കില്ല.

പാത്തുമ്മയുടെ ആടിനെ
സാഹിത്യ അക്കാദമി കാട്ടിലേക്കോടിച്ചു
ആട് ജീവിതം
മരുഭൂമിയിൽ ചൂട് ചുട്ടെടുത്തു

46

ആദർശചിഹ്നം

സത്യൻ മാടാക്കര

യാഗഭൂമിയിൽ
ആട് കുരുതിയോർത്തു കരഞ്ഞു
ആട്ടിൻ പാൽകുടിച്ച ഗാന്ധിജിക്കും
സാധു മൃഗത്തെ രക്ഷിക്കാനായില്ല.
പട്ടണത്തിലെ ഫ്ളാറ്റിൽ നിന്നെത്തിയവർ
ആട്, കോഴി സൂപ്പാക്കി ചൂടോടെ കുടിക്കുന്നു
അവരുടെ പോമറേനിയൻ പട്ടി
ഞങ്ങളെ നോക്കി കുരയ്ക്കുന്നു.

മൂന്നു കവിതകൾ

ആഴം

ആഴമുള്ള ചിന്ത വേണമെന്ന് മാഷ്
ആഴത്തിലേക്കു നോക്കുമ്പോഴൊക്കെ പേടി
പൊട്ടക്കിണറായാലും
കുത്തിയൊലിക്കുന്ന നദിയായാലും
ആഴത്തിലെത്തുമ്പോൾ ശ്വാസം മുട്ടും
ഒന്നാലോചിച്ചാൽ
ഒരാളെ പേടിപ്പിക്കുക
അയാളിലുള്ള ആഴം തന്നെ

കാട്ടുതുമ്പ

കമ്യൂണിസ്റ്റ് പച്ചയ്ക്ക് കൈനീട്ടി
തന്നത്
ചൊറിയുന്ന കാട്ടുതുമ്പ
അത് ശരീരം മുഴുവൻ കീഴടങ്ങി
ശത്രു സ്നേഹം
ഇത്ര വലിയ ഉദാരതയോ!

നിദ്ര

നീതിയുടെ ദേവതയെ ചാക്കിട്ടുമൂടല്ലേ
ശബ്ദപ്രകൃതിയിലേക്ക് ടാർ ഒഴിക്കല്ലേ
കള്ളനെന്ന് വിളിച്ച് കെട്ടിയിടല്ലേ
വെളിച്ചത്തിൽ കുളിക്കാനുള്ള മോഹംകൊണ്ട്
നിന്നുപോയതാണ്

വാക്ക് പാലിക്കാൻ

തടിച്ചവരും മെലിഞ്ഞവരും നടക്കുന്നിടത്ത്
ഉണങ്ങിപ്പോയ മരം നിന്നു
ഒന്നു പൊട്ടിമുളയ്ക്കാനാണ്
വെളിച്ചം കുടിക്കാനാണ്
വെള്ളത്തിൽ കാലുനീട്ടാനാണ്.
പക്ഷേ, പരസ്യക്കാരുടെ കണ്ണേറ്
ഇടിവെട്ടേറ്റതു പോലെയാക്കി
ഉണങ്ങിയാലും കാതലുണ്ടെങ്കിൽ
നല്ലോണം കത്തുമല്ലോ
നാണിയമ്മ ചില്ലയൊടിച്ചു
ചായക്കടക്കാരൻ മൂസ തോലുരിച്ചു
പാവങ്ങളുടെ പാഞ്ചാലി
ഉണങ്ങാനായി പാവാട കൊമ്പിൽ കെട്ടി
എല്ലാവരും വലിച്ചിഴച്ചപ്പോൾ
മരം ഉലഞ്ഞു.
ഓരോരോ പ്രഹരങ്ങൾ
ചെങ്കല്ലറ പറമ്പിനോട്
വയൽ വീടിനോട്
വെയിൽ പറമ്പിനോട്
കൊടി കൊടിയോട് പറഞ്ഞു.
നിശ്ചലത വെള്ളം കുടിച്ചു
മന്ദബുദ്ധികൾ വീണ വായിച്ചു
ഇലകൾക്ക് നല്കിയ വാക്ക് പാലിക്കാൻ
മരം വെളിച്ചം വലിച്ചടുപ്പിച്ചല്ലേ പറ്റൂ!

എണ്ണ

നിലാവുള്ള രാത്രി
എണ്ണ പറഞ്ഞു:
കോരിയെടുത്തു മൂർദ്ധാവിൽ പൊത്തിയാൽ കുളിക്കാം
മുലക്കണ്ണുകളിൽ പുരട്ടാം.
അകത്തും പുറത്തും ഞാനുണ്ട്
വഴുതിപ്പോകാതെ കരുതിയിരിക്കുക
കടൽ പറഞ്ഞു:
പക്ഷേ, വിപരീതം ഞാനല്ല
നീ മരുഭൂമിയുടെ രക്തം
ഒട്ടകങ്ങൾക്ക് കാമം ഉണർത്തുന്ന
പൊടിക്കാറ്റിനെ ഉൾക്കൊള്ളും പാടം
ചന്ദ്രൻ കാറ്റിനോട് കഥ വിസ്തരിച്ചു
മുറുക്കിച്ചുവന്ന സൂര്യൻ
താക്കീതുകൾ നല്കി
എണ്ണ ചരിത്രത്തിൽ നിറഞ്ഞു
കടൽ പറഞ്ഞു:
സാർത്ഥവാഹകസംഘം
പാട്ടുമായി എത്താതിരിക്കില്ല.

ജീവിക്കാൻ കൊതിക്കുന്ന തേങ്ങൽ

"എത്ര വീശിയടിച്ചാലും
നിശ്ശബ്ദത അനക്കാനാവില്ലെന്ന്
കാറ്റിനറിയാം.
എന്നിട്ടും വില്ല് കുലച്ചു നില്ക്കുന്നു
ഒരു സമ്മർദ്ദവുമില്ലാതെ തലേന്ന് ഉറക്കമൊഴിഞ്ഞ ക്ഷീണമില്ലാതെ
കോണിച്ചുവട്ടിലെ ഇരുട്ടിലേക്ക്
വെളിച്ചമടിച്ച് സൂര്യൻ.
അനന്തതയുടെ പ്രഹേളിക
എന്തെന്നറിയാതെ
വായിട്ടലയ്ക്കുന്നു കുന്നുകൾ
രക്തം മഷിയാക്കി
മുറിവേറ്റ കവിതയുമായി ഭൂമി
ആനന്ദിക്കുന്നവരുടെ
കൊമ്പുള്ള ആവേശം സഹിക്കാഞ്ഞ്
മൗനത്തിന്റെ ജീവപര്യന്തവുമായി കടൽ.
ദുഃഖിതരുടെ പൂമരത്തിലെ ഇലകൾ
കൊടുങ്കാറ്റ് വരുന്നത് പേടിച്ചു വിറയ്ക്കുന്നു
തോറ്റവരുടെ വീടുകൾ റേഷൻ കാർഡിലെ
സങ്കടവുമായി വോട്ട് ചെയ്യുന്നു.
ജീവിക്കാൻ കൊതിക്കുന്ന തേങ്ങൽ നിസ്സാരതയല്ല
നിലവിളിക്കാൻ കഴിയാത്ത ദാരിദ്ര്യം
നിസ്സാരതയല്ല."

പച്ചമനുഷ്യൻ

ഓണക്കാലമടുത്തതോടെ ഓരോരോ
ആവശ്യങ്ങളുടെ അറിയിപ്പുകൾ
വന്നു തുടങ്ങി
മക്കൾക്കു പുതുവസ്ത്രം
ഭാര്യയ്ക്കു ചുകന്ന കമ്മൽ
അച്ഛന് മുണ്ട്
അമ്മയ്ക്കു സാരി.

നാട്ടിൽ വരുമ്പോൾ വിട്ടുപോന്ന
നനവുള്ള വൃക്ഷത്തിലെ ഇലകൾ
സൂര്യന്റെ പ്രാർത്ഥന എഴുതിവച്ച പുരയിടം
വാഴയിലയിലെ ഞരമ്പുകൾ
മണത്തുനോക്കാനും ഉമ്മ വയ്ക്കാനും കൊതി.

വെള്ളമൊഴിക്കാതെ വെയിലത്തും
അസാധാരണമായി വളരുന്ന മറവിക്കാട്
ഭ്രാന്തുള്ള ദിവസത്തിനു കൂട്ടിരിക്കുന്നു
ജനവാതിലില്ലാത്ത മുറി

ഓണക്കാലത്ത് ഇല താങ്ങിനിർത്തുന്ന ചില്ലയിൽ
എനിക്കു കാണേണ്ടത് ഭൂമിയെ ബഹുമാനിക്കുന്ന
പച്ചമനുഷ്യൻ
പക്ഷേ, മഞ്ഞപ്പൂക്കൾക്കു വളം ചേർക്കുകയാണല്ലോ
സാഹിത്യ സർവ്വകലാശാല.

എന്തിന്?

ഒച്ചവെക്കാതെ അപ്രത്യക്ഷം തെളിയാൻ തുടങ്ങി
പൂക്കാലം കണ്ട് വസന്തമെന്നു വിചാരിച്ച്
കാട് കയറിയപ്പോൾ പെയ്ത മഴ
പ്രളയത്തിൽ ഒലിച്ചു പോകുന്ന വീടിനെ
രക്ഷപ്പെടുത്താൻ കൈവീശുന്ന മരങ്ങൾ
അടുപ്പിൽ അരിതിളച്ചു മറിയുമ്പോൾ
തീ കുറച്ചുവെച്ച സാറാമ്മ ടീച്ചർ
കുടുംപുളിക്കും മസാലയ്ക്കുമൊപ്പം
ചട്ടിയിലേക്ക് ചാടിയിറങ്ങിയ സ്വപ്നങ്ങൾ
അബദ്ധങ്ങളും പരിഭവങ്ങളുമായി ആളൽ വേവൽ.

തെരുവിൽ നിലവിളിക്കുന്ന ചോരത്തിളക്കം
പരിരക്ഷയുടെ സ്ഫുരണം തുളുമ്പുന്ന
അർപ്പിത നക്ഷത്രങ്ങൾ
കയം കുറഞ്ഞയിടത്തിൽ
മത്സ്യത്തെ കുരുക്കിയെന്നഹങ്കരിച്ചാലും
ചൂണ്ട തുരുമ്പെടുക്കും
ചൂണ്ടക്കാരൻ മരിക്കും
കടവും തോണിക്കാരനും മറയും
ഒഴുക്കിലൂടെ തൊപ്പിക്കുട ഒറ്റക്കൈയുമായി നീന്തും
ഉടഞ്ഞത് എത്ര കൂട്ടിച്ചേർത്താലും
പഴയത് പോലെയാവില്ല, വലിച്ചെറിയല്ലേ!

ഉടലോനിറമോ കാണിക്കാതെ കാറ്റ് തിരയുന്നു
എത്രയും ഉച്ചത്തിൽ സൂര്യനെത്തന്നെ
ചൂണ്ട് വിരൽ പരിശോധിച്ചാലൊന്നും
മിന്നൽ അളക്കാനാവില്ല
ഒരേ സമയം രണ്ട് സ്ഥലത്ത് നില്ക്കാനാവാത്തത്
കേട്ട്- കണ്ടിരിക്കാം, ഇടിമിന്നലിൽ.

പേടിപ്പെടുത്തുന്നു, മരണം നിറഞ്ഞ ചൂളംവിളികൾ
നരിതിന്നവരുടെ എല്ലുകൾ
കുത്തിപ്പൊട്ടിച്ച കണ്ണുകൾ
ശ്മശാനത്തിൽ ചിത കത്തിക്കുന്ന ചീത്തക്കാലം.

മുളക് പുരണ്ട നേരത്തിലെ അസഹിഷ്ണുത
നേർച്ച വാങ്ങി നില്ക്കുമ്പോൾ
ഒന്നും കാണേണ്ട കാഴ്ച പോയാലോ
ഒന്നും കേൾക്കേണ്ട ചെവിയടർന്നാലോ.
മനസ്സോ കൈകളോ മെനഞ്ഞെടുക്കാത്തതിൽ
സത്യത്തിന്റെ സൗന്ദര്യം ചുട്ടെടുക്കുമ്പോൾ
മഴ, കടൽ, നീലാകാശം. കാനനഭംഗി
സ്വയം ദീപമായി എരിയുന്നു

മിശ്രസംസാരങ്ങൾക്കിടയിൽ പന്തിസംഘമായി
ഉച്ചത്തിൽ ഒന്ന് കൂവണം
അതിനെന്താ, മനുഷ്യനായാൽ അങ്ങനെവേണമല്ലോ.
ഒന്ന് പിഴച്ചാൽ സാഹിത്യം
ചുരുട്ടിക്കൂട്ടി മുറിയിലിടാനേ കൊള്ളൂ
കളസങ്ങളുടെ ആഗോളീകരണത്തിൽ
അങ്ങാടി ചതിച്ചവർക്ക് എന്ത്,
എങ്ങനെ കാണാതെ പോകുന്നു
പുറത്താക്കപ്പെട്ടവരുടെ കിതപ്പ് തന്നെയാണ്
എപ്പോഴും നല്ല കവിത.

ചിരി വറ്റിയ മുഖമെന്തിന്
വെള്ളമില്ലാത്ത പുഴയെന്തിന്
മീനില്ലാത്ത കടലെന്തിന്
നനഞ്ഞ മണ്ണ് കേട്ട പാട്ടില്ലാത്ത ജന്മമെന്തിന്
എന്തിന്... എന്തിന്...

ഇരുപത്തൊന്നാം നൂറ്റാണ്ടിന്

ഇരുട്ട്

പുഴ നിറയാനും
പടർന്നു കയറാനും
ആഫ്രിക്കൻ പായലിനറിയാം
പുറത്തു നിന്നു വന്ന കേന്ദ്രീകരണം
നാട്ടുചെടികളെ വംശനാശം വരുത്തുമ്പോൾ
മെല്ലെയറിയുന്നു
അധിനിവേശത്തിലെ ഇരുട്ട്

അയിത്തമില്ലാത്തവ

ഇരുട്ടുള്ള തടാകത്തിൽ വിരിഞ്ഞ പൂവ്
രഹസ്യ സമ്മാനമെന്ന്
നിറഞ്ഞ ചിരിയോടെ നിലാവ്.
മഴ നനഞ്ഞ പുളിമരം
പുര ചുറ്റി നടക്കുന്ന പൂവൻകോഴി
ആലയിലെ പുള്ളിച്ചിപ്പശു
മീൻകാരൻ ഹുസൈൻ
വണ്ണാത്തി ശാരദ
വീട്ടുജോലിക്കാരി ആയിശുമ്മ
പന്തിഭോജനത്തിലെ കൂട്ടുകാർ
ശിശുപാലൻ മരയ്ക്കാന്റെ ചെമ്പല്ലി
പുലയൻ ചാത്തുവിന്റെ പായ
തിയ്യന്റെ നാളികേരം

സാറാമ്മയുടെ താറാവ്
വിശപ്പടക്കാൻ അയിത്തമില്ലാത്തവ

അന്ത്യാഭിലാഷം

അമ്മിക്കല്ലിന്റെ പ്രാചീനത
അടുക്കളപ്പുറത്ത്
അവമതിയോടെ, ദുഃഖത്തോടെ
മത്സ്യം പറഞ്ഞു:
ചങ്ങാതീ, തിരിഞ്ഞു നോക്കുമ്പോൾ
നിനക്കെന്തെങ്കിലും ബാക്കിയുണ്ട്
ഞാനോ,
എണ്ണയിൽ പൊരിഞ്ഞാൽ
വലിച്ചെറിയപ്പെടുന്ന മുള്ള്
ഓർമ്മയുടെ നിഴലായെങ്കിലും
അടുക്കളയ്ക്കൊപ്പം
നീയെന്നെ ചേർത്തു നിർത്തണം

സ്നേഹത്തിന്റെ തീനാളം

ഭീതി പുരണ്ട ചോദ്യങ്ങൾ
തലയിലെ കടന്നൽക്കൂടിളക്കുന്നു
ഇലയിൽ പൊതിഞ്ഞ കണ്ണുമായ് ചന്ദ്രൻ
സാരിയുടുത്ത് മത്സ്യങ്ങൾ
ഞാൻ കടലിനോട്
ഒരു തിരണ്ടിവാലിന് യാചിക്കുന്നു
നിലാവിൽ ഒറ്റയ്ക്ക് നില്ക്കെ
അവളെത്തുന്നു
സ്വര-വ്യഞ്ജനപ്പടവിറങ്ങി
ജലാശയത്തിൽ വാഴയിലപ്പുറത്തിരിക്കുന്നു.

കീഴ്കഴകം

നീലാകാശത്തിലും കടലിലും നിറയുന്ന
ഇന്ദ്രനീലമേ കരിംപച്ച കിനാക്കൾ തരിക
വരിക ജലാശയമേ മത്സ്യക്കൂട്ടങ്ങളേ
ഉപ്പിൽ കുളിച്ച ദൈവത്തെ വണങ്ങുക.
മാപ്പിള ഉപ്പ് വിളമ്പിയും ഉമ്മ വെറ്റില തന്നും
കാണപ്പെട്ട ദൈവാവിഷ്കാരം നിറയ്ക്കുക
അതിലുദിക്കുന്നു ദേശപ്പൊരുളായ സൂര്യൻ
അതിൽ നിറയുന്നു ചെങ്കല്ലിൻ ഗോത്രപ്പശ

മഹാസ്നേഹ കാരുണ്യമറിഞ്ഞു
പൂങ്കുലകൾ വിരിഞ്ഞ പൂമരം ചാരി
നരി, പുലി, മത്സ്യം, കാക്കയായ്
പ്രച്ഛന്നമാടിയെത്ര കനലാട്ടങ്ങൾ
വിശപ്പ് നിലങ്ങളെ ഒപ്പരം നില്ക്കുക
അത് വിത്തും കൈക്കോട്ടുമുള്ള ജീവിതം

ചെങ്കല്ല് ചുമന്നവനും, കർഷകനും
മലം പേറിയവനും, മീൻകാരനും
നാടിന് നല്കിയ സമരവീര്യം തീരുന്നില്ല
ഏതാനന്ദത്തിലും തങ്ങുമിടത്തിലെ
കോന്തലയ്ക്കുള്ളിലെ ക്ഷണികമറിയാം

ഓടുരുകുന്ന സ്ലേറ്റിൽ സൂര്യൻ വരച്ചിട്ട
വസന്ത സ്വപ്നം സംഗീത സാന്ദ്രമാക്കാം

കുടിച്ച കണ്ണീരും തെറിച്ച ചോരയും
കേൾവിക്കപ്പുറം വാക്ക് പരതുന്നു
നേരല്ല കാണുന്നതെങ്കിലും നമുക്ക് പാടാം
'മേലെ തീമഴ, താഴെ ചെങ്കനൽ'

സൗഹൃദം

ക്ഷണിക നേരത്തേക്ക് നിറപ്പൊലിമയോടെ
നിറയുന്ന അസ്തമയം എന്തൊരു ഭംഗി
നിർന്നിമേഷമായ് നേത്രം കാഴ്ച കുടിക്കുന്നു
കുളിരുകോരി വാക്ക് കവിതയാകുന്നു.

അന്തിച്ചുകപ്പേ, നീലയിലിറങ്ങി കടൽ
വീട് കാണാൻ പോകുന്നോ
അല്ല ആഴത്തിലിറങ്ങി അളവില്ലാ-
ജലക്രീഡയ്ക്കു നീന്താനിറങ്ങുന്നോ.

മരത്തിന്റെ പച്ചയും നിലാവിന്റെ
പാൽപ്പുഞ്ചിരിയും ഏറെ പ്രിയം
കിളിയൊച്ച പശുക്കരച്ചിൽ
തോളുരുമ്മി നില്ക്കുന്ന കൂട്ടുകാർ

വെയിൽ തിന്നു ചുകന്ന ചെങ്കല്ലും
കാവിലെ പേരില്ലാ ദ്രാവിഡ മൂർത്തിയും
ദേശപ്പേരായി വിലാസം
പള്ളി മിനാരം ചിരപരിചിത മിത്രം

ഇരുട്ടോരോ ദിവസവും ഇതവസാനം
എന്നുറക്കെ പറഞ്ഞു നടന്നാലും
പകലിരവിനൊപ്പം ചായമെഴുതി

നെഞ്ചു വിരിച്ചു പടർന്നീടുന്നു
കാറ്റ് തീരത്ത് കോർത്തിടുന്ന മാല
പ്രൊമോഷ്മളത്തോടെയെടുത്തു പോകുന്നു

പത്രാസില്ല ഗമയില്ല ലളിതം
എത്ര സുതാര്യം വരവും പോക്കും
നിത്യതേ, കണ്ടു പഠിക്കാനുള്ള പാഠം
ഞാൻ നെഞ്ചോടു ചേർത്തുവയ്ക്കട്ടെ.

വേനൽക്കാലം

വേനലിൽ പഴുക്കുന്ന ഈന്തപ്പഴമേ
വെയിലിൽ പൂക്കുന്ന ആര്യവേപ്പുകളേ
കാക്കകൾ ആഗോള സൊറ പറയുന്നു
പൊള്ളിക്കുന്ന കാറ്റിൽ വെന്തകം നീറുന്നു
വെയിൽ കുന്നുകളെ ക്രയോൺ ചിത്രമാക്കും
ചെങ്കുത്തായ കുന്നിനറിയാം സങ്കടം
ഉണക്കിയ നെത്തോലിമീൻ, ചൂര, മത്തി
സിലോണി നിധിപോലെ കൊണ്ടുപോകുന്നു.
ഉണക്കനെയ്മീൻ പാഴ്സലാക്കി മിത്രത്തിന്
ഫിലിപ്പിനോ സുഹൃത്ത് നാട്ടിലെത്തിക്കുന്നു
ചൂരമീൻ അച്ചാർകുപ്പികളിൽ നിറച്ച്
അച്ചായൻ അലമാരയിൽ സൂക്ഷിക്കുന്നു.
എത്യോപ്യസ്ത്രീ ആട്ടിൻകൂട് വൃത്തിയാക്കുന്നു
ഇന്തോനേഷ്യക്കാരി പാത്രം കഴുകുന്നു
നോട്ടത്തിനും ചിരിക്കുമായി സൈക്കിളിൽ
ബംഗാളി ചെറുപ്പം ഗല്ലികൾ ചുറ്റുന്നു.
ഒട്ടകക്കൂട്ടം മേയുമിടം നനയ്ക്കാൻ
ഉറവജലം ഒഴുക്കായിളകുന്നു
മഞ്ഞുടയാട ചുറ്റി മേഘങ്ങൾ കുന്നുകൾ-
തൃഷ്ണയോടെ വാരിപ്പുണർന്നു നില്ക്കുന്നു.
സൾഫർ ഗന്ധം കാറ്റിൽ പരക്കും മണ്ണിന്റെ
ദിക്ക് പരതിയാവാം ആട്ടിൻകുട്ട മേയൽ
കടൽ സമതലമേ ദേശാടനമേ

പേരറിയാത്ത നിങ്ങളെൻ പ്രിയ ലോഹ്യം
പല ഭാഷകൾ കൂടിച്ചേരുന്ന തെരുവ്;
കഫ്റ്റീരിയ മലയാളം പുതുക്കുന്നു.
കടലിനറിയാം, പരദേശ യാത്ര-
നിറഞ്ഞ വീടും നാടിന്റെ ദാരിദ്ര്യവും.
കാലഭൂമിക ചൊല്ലീടുന്നു ചങ്ങാതീ
കയ്പ് മധുരം നിറഞ്ഞത് തന്നെ ജീവിതം.

കാഴ്ചക്കവിതകൾ

മേഘം മലകളെ ചുംബിച്ച്
മഴ പെയ്യിക്കുന്നു
നാം ആഹ്ലാദിക്കുന്നു
ആരുമറിയുന്നില്ല
പ്രണയത്തിന്റെ ചൂട്

എല്ലാ കരകളിലും
അവകാശവാദമില്ലാതെ
കടൽ അമ്മ വാത്സല്യം കൊണ്ടിടുന്നു
നിലാവിനെ വെള്ളത്തിൽ പകർത്തി
വാത്സല്യമാകുന്നത്
ഉറങ്ങുന്നവർ എങ്ങനെ കാണും

കാറ്റ്, ജലം, ദിനരാത്രം
സൗജന്യമായി അളന്നുവാങ്ങി
നമ്മൾ അഹങ്കരിക്കുന്നു
ഞാനത് ചെയ്തു
നീയത് ചെയ്തില്ല
ആരുമറിയുന്നില്ല പ്രകൃതി പാഠം

മരിച്ചവരിൽ കൃപയുള്ളവർ
ആപത്തുവരുമ്പോൾ
മുന്നറിയിപ്പെത്തിക്കുന്നു
ഇതൊക്കെ അവരെങ്ങനെയറിയുന്നു

വീട് വെള്ളപ്പൊക്കത്തിൽ
ഒലിച്ചു പോകുമ്പോൾ
മരത്തിനു രക്ഷിക്കണമെന്നുണ്ട്
നിന്നിടത്തു നിന്ന് എന്ത് ചെയ്യാനാകും

പണം കൊണ്ട് വാങ്ങാൻ പറ്റാത്ത
ചിലതുണ്ട്
അതിനെ സ്നേഹമെന്നു വാഴ്ത്തിയ
കവിക്ക് നമസ്കാരം

പുതുപാഠം

മതക്കുട വില്ക്കുന്ന പുളിച്ചകാലം
മറക്കുടയ്ക്കു പകരം കുടക്കാലം
ആ മരം ഈ മരം മൗനം കൊണ്ടളന്നു
മിണ്ടാനും പറയാനും ഇല്ലാത്തയിടം
ലോകമറിഞ്ഞു തെളിഞ്ഞ ശരിയൊക്കെ
തേച്ചു മിനുക്കിയാലും തിളങ്ങീടുമോ
നാലാൾകൂടും വഴിത്തിളക്കപ്പെരുക്കം
നിനവിൽ നിറമായ് നാടറിഞ്ഞീടുമോ?
ഉയിരുരുക്കം ഉടയോർക്കു ധിക്കാരം
കുട്ടിവായിച്ചത് കീഴാളർക്ക് പടനിലം
വന്മരങ്ങളെ നിങ്ങളല്ലോ കൂട്ടുകാർ
തിരകളേ നിങ്ങളല്ലേ ബന്ധുബലം
കുപ്പയിലെ പൂവും മഴയും സ്തുതിച്ചു
നാട്ടുജ്ഞാനമേ നിങ്ങളല്ലോ പൈതൃകം
തൊഴിൽ നേരത്തിലുണ്ടേറെ പകർന്നാട്ടം
വിശപ്പു നിലത്തിന്റെ ദൂരവഴക്കം
കണ്ണാടിയിൽ തെളിഞ്ഞ അവനവന്റെ
നവോത്ഥാനത്തിൻ തുടർച്ചാ പാരമ്പര്യം.
ദൂരവഴക്ക മാറാപ്പഴിച്ചിരിക്കെ
വാക്ക് മെലിയുന്നിരക്കാലം വളരുന്നു
നേരെവിടെ മൊഴിയെവിടെ കൂട്ടരേ
കള്ളത്തരം പൊളിവചനം നിറഞ്ഞു

66 ആദർശചിഹ്നം

സത്യൻ മാടാക്കര

ഉള്ളിലെ ഭടൻ കലം കരിയാടുന്നു
നാവ് തീക്കൊള്ളിയാക്കി വാസ്തവം പറയാം
കാണാക്കാഴ്ചയുടെ കിനാവിലേക്കാളാം
പച്ചപ്പുള്ളി കലർന്ന നിറം പരതാം
ഊരിന്റെ നേരായി നേരിന്റെ ഊക്കായി
അടിവെച്ചു നിന്നു കയത്തിലിറങ്ങാം.

സൂര്യന്റെ കൊക്കിലെ കാക്ക

ചെകുത്താന്റെ കൈയിൽ നിന്ന്
ഊരിത്തെറിച്ച മത്സ്യം,
സ്വപ്നത്തിന്റെ ഒറ്റ ജാലകം
മന്ദബുദ്ധിയായ വയറൻ കാലം കണ്ടില്ല

ചങ്കിലെ ചോദ്യം
പല്ലില്ലാതെ ചിരിച്ചു?
ഗാർബേജ് ചുറ്റുവട്ടം ഇളിച്ചിരുന്നു.

കവിത
ഭ്രാന്തിന്റെ പൂക്കൾപറിച്ച് തെരുവിന് നീട്ടി.
മീൻ വില്ക്കുന്നവനും, ചുമടെടുക്കുന്നവനും
പാത്രം കഴുകുന്നവളും
അലക്കുകാരനും മണം പിടിച്ചെടുത്തു

കാക്ക കൊമ്പിൽ
സൂര്യൻ ആകാശത്തിൽ
പടത്തിലോ
സൂര്യന്റെ കൊക്കിൽ കാക്ക

ഓർത്തോർത്ത്

മണ്ണ്, മരം, മനുഷ്യൻ
വെള്ളത്തോടൊപ്പം കൂട്ടുചേർന്ന്
വീടിനു നല്കിയ ബഹുവചനം
സ്വസ്ഥമായി ഉറങ്ങുന്നവർ ഓർക്കാറുണ്ടോ.

കോരിയെടുക്കുന്തോറും വെള്ളം
പറിച്ചെടുക്കുന്തോറും തേങ്ങ
പിടിച്ചെടുക്കുന്തോറും മത്സ്യങ്ങൾ
അല്പത്തിരക്കിൽ ചിന്തിക്കാറുണ്ടോ.

അമ്മയെപ്പോലെ നിന്ന വന്മരം
കാടിനൊപ്പം നിറഞ്ഞ ഇലമണം
ശലഭങ്ങൾ മേഞ്ഞു നടന്ന പാടം
ശാന്തമായി ഒഴുകിയ പുഴ
എവിടെപ്പോയെന്ന് വേദനിക്കാറുണ്ടോ

മണ്ണിന്റെ വിണ്ണിന്റെ വിശുദ്ധി
ഭാഷയുടെ മധുരം
മനുഷ്യപ്പറ്റിന്റെ ആളൽ
വയർ നിറയുമ്പോളാലോചിക്കാറുണ്ടോ.

ചൂള

ഓർമ്മയുടെ ചൂളയിൽ
എത്ര വേവിച്ചെടുത്താലും
മറവി വേവില്ല
പൊതിഞ്ഞങ്ങനെ തല്ലും.

കാലങ്ങളിൽ
ശരിയിൽ
പുറമ്പോക്കിൽ
പ്രണയത്തിൽ
കാലിന്മേൽ കാല് കയറ്റിവെച്ച്
എന്തൊരു ഗമ.
മരുന്നില്ലെന്ന് ഭിഷഗ്വരൻ
തോന്നലെന്ന് മിതഭാഷി
മായയെന്ന് തത്ത്വജ്ഞാനി.

ഓർമ്മയുടെ നിലനില്പ്
ഞാനല്ലേയെന്ന് മറവി.
എന്റെ വ്യാകരണം
സൂര്യനെ മറയ്ക്കുന്ന കാർമേഘം പോലെ
ഇടയ്ക്കിടയ്ക്ക് ഓർമ്മയ്ക്കൊപ്പം

അധിനിവേശക്കപ്പൽ

അധിനിവേശക്കപ്പൽ
ആഗോള എച്ചിലുമായി
ഇപ്പോഴും തുറമുഖത്തെത്തുന്നു.
പുറമ്പോക്കിലെ കാക്കകൾ
അത് കൊത്തിത്തിന്നാൻ
കലപില കൂടി കൂട്ടമായെത്തുന്നു.

ചാനലിൽ
സോപ്പ് ചിരിച്ച് പറയുന്നു:
ചങ്ങാതിമാരേ,
നിങ്ങളെ പാട്ടിലാക്കാൻ
കുറേ നേരമിങ്ങനെ
ചിരിച്ചു നിന്നാൽ മതിയല്ലോ!

മിച്ച ബാക്കി

എല്ലാവരും ചേർന്ന്
പഞ്ചായത്ത് പ്രസിഡന്റിനെ ജയിപ്പിച്ചു.
മതം മാറിയ രവി
പാവങ്ങളുടെ പാഞ്ചാലി സരള
മീൻകാരൻ ഹുസൈൻ
ബാർബർ കുമാരേട്ടൻ
ഗോപാലൻ മേസ്തിരി
എല്ലാവരും വോട്ടിട്ട്
പഞ്ചായത്ത് ചുകപ്പിച്ചു.
എന്നിട്ടും
മീൻ മണക്കുന്ന ചാപ്പയിലേക്ക്
വെള്ളം വറ്റിയ പഞ്ചായത്ത് കിണറിലേക്ക്
പൊളിഞ്ഞു പാളീസായ റോഡിലേക്ക്
ഒരു നേതാവും വന്നില്ല.
വന്നത്
കുഴിയെടുക്കാൻ ബുൾഡോസറുകൾ
കുടിയൊഴിപ്പിക്കാൻ പൊലീസ് വാൻ
ഐസ്ക്രീം പാർലർ
ചിക്കൻ സ്റ്റാൾ
ബാങ്കിലെ കടം കയറി തൂങ്ങിമരിച്ച
ദാസനെ പോസ്റ്റ്മോർട്ടം ചെയ്തു കിടത്തിയ
ആംബുലൻസ്

പ്രതിരോധം

എല്ലായിടത്തും നിറയുന്നല്ലോ ഭയം
ചോറുരുള ഉരുട്ടുമ്പോഴും
ചരിത്രത്തിന്റെ സൂര്യനിലേക്ക് നോക്കുമ്പോഴും
ചോര പുരണ്ടതിലേക്കിറങ്ങി
ശ്വാസം മുട്ടുമ്പോഴും ഭയം.
അടയാളങ്ങൾ അതിരില്ലാതെ നെയ്യുന്നു.
പേരില്ലാത്തതിന് നാവ് മുളയ്ക്കുന്നു.

ഇല്ലായ്മയോടെ കരഞ്ഞു കരഞ്ഞ്
വിശപ്പിലൂടെ ഭയം ഊറ്റിക്കുടിക്കുന്ന നദി
പച്ച വിശറി വീശി
പ്രളയ ജലത്തിലൂടെ ഇലവളർത്തുന്ന കാട്
മനുഷ്യവംശത്തിന്റെ പാട്ടെത്തിക്കുന്നു.
    ഭയം തന്നെയാണ്
    ഒരു കവിയെ എഴുതിപ്പിക്കുക.
ഇരുട്ട് വെളിച്ചത്തിൽ ഒതുങ്ങിയിരിക്കുന്ന മാതിരി
പ്രഹരങ്ങൾ കാണാതെ പോകുന്നു.
കല്ലിന്റെ വില വീടിനേ അറിയൂ
നാടിന്റേത് അഭയാർത്ഥിക്കും
വീട് മെനഞ്ഞ കല്ലാശാരിയോ
മണ്ണ് കുഴച്ച ശാരദയോ
സ്ഥലം തന്ന മാപ്പിളയോ
പണിതീർന്ന പത്രാസിൽ ആരുമോർക്കില്ല.

അസാധാരണമായത് കണ്ടറിഞ്ഞ്
പുതിയ ഒരാളായി മൗനം പറയുന്നു
ഭയം നെടുകെ പിളർത്തുക
ജീവിച്ചിരിക്കുന്നവരെ നോക്കി കാണുക
ജലാശയങ്ങളെപ്പോലെ ഭൂമി നനയ്ക്കുക.

ദേശം

പുതുക്കം അടങ്ങി നിന്നു മരം വലിക്കുന്നു
ദേശം പുറം പൊള്ളി വേദനിക്കുന്നു
വെയിലും മഴയും കുടിച്ചു പെരുമാളേ
ദേശമില്ലെങ്കിലെന്ത് ഭാഷ.

പൂത്തലപ്പുകൾ, ഇലകൾ, കുരുവികൾ
എത്രവേഗം വെണ്ണീർ വരകളായി
വേലി നിന്നിടം മതിലായി
പാട്ടുപാടി കളിച്ചിടം മേലാളപ്പുരയായി.

അളന്നളന്നു ലോകം വിളിച്ചുണർത്തി
അടിയോരിപ്പോഴും വെട്ടിമറിയുന്നു
വെളിച്ചത്തിൽ കുളിച്ച മരങ്ങളവർക്കു
ശിരസ്സുയർത്തുവാൻ ഇലകൾ നല്കുന്നു.

മഴനനയാതെ കാറ്റ് കൊള്ളാതെ
നിലാവും പശുക്കരച്ചിലുമില്ലാതെ
പുഴയും അവളുമില്ലാതെ
ഇരുളിലൊരു ഗാനം പാടുന്നതെങ്ങനെ.

പുകകൊണ്ട നേരങ്ങൾ അടുക്കള ചൊല്ലുന്നു
വീട്ടുതാളം നാല് ദിക്കും നിവർത്തുന്നു
ജീവിച്ചിടം കിണർ മന്ത്രിക്കുന്നു
നൂറ്റനൂലും വസ്ത്രവും ഓർമ്മക്കലാപം തരുന്നു.

വല മുറിഞ്ഞാലും മീൻ ജാഥ നിലയ്ക്കില്ല
നേർവായ്ത്താരി വറ്റിത്തീരില്ല
കണ്ടു കണ്ടിരിക്കാം
കേട്ടു കേട്ടിരിക്കാം
മഴ പാറപ്പുറത്ത് തബല വായിക്കുന്നു.

നിലയില്ലായ്മ

എരിയുന്ന കനലിനു മുകളിൽ ചവുട്ടിനിന്ന്
വസൂരിമാല തെയ്യം പറഞ്ഞു:
'നീയിങ്ങനെ ഇരുന്നാൽ മതിയോ
കണ്ടില്ലേ
ഒരു വലിയ തീമല
നമ്മുടെ പച്ചയെല്ലാം തിന്നു തീർക്കുന്നു'
തീപിടിച്ച വീടിന്റെ കരച്ചിൽ
അന്നുമുതൽ എനിക്കു കേൾവിയായി
പകൽ അറ്റുപോയ ദിവസം
നടന്നു തീരാതായി.
മുങ്ങിച്ചാവുന്നവനെ കണ്ട്
നീന്തലറിയാത്ത വെപ്രാളത്തിലായി

കുടയെഴുത്തുകൾ

വീട് കുട ചൂടി നിന്നപ്പോൾ
കുട ചൂടി ചിരിച്ചു നില്ക്കുന്ന കുഞ്ഞിരാമൻ നായരുടെ പടം
ചുമരിൽ കിടന്ന് നരച്ചു.
കുടക്കളിയറിയാതെ
ആമിന താത്ത
മുഖം കുടകൊണ്ട് മറച്ച് സംസാരം തുടർന്നു.
കുട ചൂടി തുപ്പുന്ന പ്രകാശത്തിൽ
നേതാവ് പൊട്ടിത്തെറിച്ചു
കുട കുത്തക മൂരാച്ചിക്കു മാത്രമല്ല
'ജാഗ്രത.'
വില്ല് പൊട്ടിയ കുട കക്ഷത്തിറുക്കി
കവികളിപ്പോഴും തിണ്ണ നിരങ്ങുന്നു
കുട ചൂടി ദൂരം നടന്നു തീർത്ത മാഷ്
മറക്കുട തല്ലിപ്പൊളിച്ച നമ്പൂതിരി
പോസ്റ്റ്മാൻ ദാമോദരൻ
വീട് കുട തുറന്നപ്പോൾ
നിന്ന നില്പിൽ അന്ധാളിക്കുന്നു.

ജയഭാരത് ടാക്കീസ്

വയറിൽ വാതിലുകളുള്ള
വലിയ തിമിംഗലമാണ് ജയഭാരത് ടാക്കീസ്.
വടകരക്കാർ മാത്രമല്ല
തെക്ക്നിന്ന് വരുന്ന കച്ചവടക്കാരും
കുലച്ചന്തയിലെ തലച്ചുമടെടുക്കുന്ന സ്ത്രീകളും
കടപ്പുറത്തെ മത്സ്യത്തൊഴിലാളികളും
ഓഫീസ് ജീവനക്കാരും
സ്കൂൾ-കോളേജ് പിള്ളേരും
മാറ്റിനി ഷോയ്ക്ക് നേരത്തെയെത്തുന്നു
ഖനിജങ്ങൾ, ലവണങ്ങൾ, വെള്ളം, വാതകം
നിറഞ്ഞ ശരീരം
മണ്ണ്, കല്ല്, ലോഹങ്ങൾ ചേർന്ന
വസ്തുക്കളടങ്ങിയ പ്രപഞ്ചം
പലപ്പോഴും അതാണെനിക്ക് സിനിമാടാക്കീസ്.
വയർ കീറിയാൽ മത്സ്യത്തിന്റെ കുടലിലെ
മോതിരംപോലെ
കടല വില്പനക്കാരൻ, പാട്ടുപുസ്തകം വില്ക്കുന്നവർ
പ്രണയിനികൾ, നഗരവേശ്യകൾ
കള്ള്മണക്കുന്നവർ, കുണ്ടന്മാർ
പുറത്തേക്ക് ചാടുന്നു
സിനിമ കഴിഞ്ഞ് ലൈൻ ബസിൽ തൂങ്ങിപ്പിടിച്ച്
വീടെത്തിയാലും
നാടോടി പ്രേമത്തിലെ നായിക

രാത്രിവന്നു വിളിക്കുന്നു
പുഴക്കരയിലേക്ക്
അവിടെയിരുന്ന്
പകൽ വെളിച്ചാകുന്നതുവരെ കഥപറയാൻ.
നഗരവും സിനിമയവും സഹകരിച്ചതോടെ
ചാനലുകൾ സിനിമ വീട്ടിനുള്ളിലെത്തിച്ചു
കഥയിലെ നായികമാത്രം വന്നില്ല
അവൾക്ക് മടുത്തുകാണും.
വെള്ളം വറ്റിയ ചതുപ്പിൽ നിന്ന്
പുരാവസ്തു വകുപ്പ് കുഴിച്ചെടുത്ത പായ്ക്കപ്പൽ പോലെ
പല ടാക്കീസുകൾക്കൊപ്പം ജയഭാരത് ടാക്കീസ്

മണ്ണിനോടും പച്ചിലയോടും
ഉപ്പ് നിറഞ്ഞ വാക്കിനോടും
മഴയുടെ മയിലാട്ടത്തോടും
അടുപ്പിച്ചു നിർത്തിയ പത്തായ വയർ
മറക്കാനാവില്ല ഒരിക്കലും.

വീട്

ചോർന്നൊലിക്കുന്നു വീടെങ്കിലും
നെഞ്ചിലെയോടുരുകും ചൂടിലകം വേവുന്നു
ചൂട്ട് കുത്തിക്കെടുത്തിയ ചെങ്കല്ല്
ഒറ്റയാൻ വീടിന് കാവലിരിക്കുന്നു
തവളക്കരച്ചിലോടെയൂറ്റുവെള്ളം
ചെമ്മണ്ണിൽ ചിതറി പുല്ല് പരതുന്നു
ധൈര്യപ്പെടാനവസരം തന്നു സൂര്യൻ
വെളിച്ചത്തെയൊപ്പരം നടത്തിക്കുന്നു

നേരംപോയ്... നേരംപോയ്...
പച്ചക്കുളത്തിലെ ജലം പടവ് തപ്പുന്ന-
യൊച്ച കേൾക്കാമിരുട്ടിലും നുറുങ്ങായ്.
ഇതല്ലോ മരണ വീർപ്പിലെ തീർത്ഥം
ഇതല്ലോ കാക്ക കല്ലിട്ടുയർത്തുന്ന ജലം
ഇതല്ലോ മഴ പുരപ്പുറത്തു വായിക്കുന്ന താളം.

വീടിന്റെ സങ്കടപ്പാടിലെ ആന്തൽ
കൂടിക്കലമ്പി ആത്മാംശമായെന്നെ നടത്തിക്കുന്നു.
തളിരുകൾ ചൊല്ലുന്നനിയാ:
അഭയം നഷ്ടപ്പെട്ടിട്ടില്ല പ്രത്യാശ കൈവിടാതെ.
നഷ്ടം ചെറുത്തു നില്ക്കാനല്ലോ ആകാശം
പറവകൾ മേയുന്ന ദൂരത്തിന്റെ കനം
ലക്ഷ്യോന്മുഖം തരും ചെങ്കല്ലറകൾ

പുഴ ഒരുക്കിയ സ്ഫടികത്തിളക്കത്തിനലകൾ
പാടുക, മലയാള മഹാജീവിതം പാടുക
മനഃസുഖത്തിനപ്പുറമതിലുമുണ്ടേടോ പ്രതിരോധം
വീടുണ്ടെങ്കിലേ അന്നവുമുപ്പും രുചിയാകുന്നുള്ളൂ
വീടിനൊപ്പം കുഞ്ഞിന്റെ കരച്ചിൽ കേൾക്കാലോ
ചെലവു തികയാത്ത പരിഭവമറിയാലോ
അച്ഛനമ്മ പകരും സ്നേഹമറിയാലോ
ശ്രീമതിക്കൊപ്പം മക്കൾക്കു വാത്സല്യമായി
വീടിനെ പകർന്നാടി നാടിനെയറിയാലോ.
പരിഭവങ്ങളെത്ര നേരം തടുത്തിട്ടാലും
സ്വന്തം കഥയിലിരുന്നു കടയുന്ന കനവ് വീട്.
കണ്ണിലീരില പച്ച വിരിയിച്ചു കാതിനു കുഴമ്പായ
പാട്ടു പാടുന്ന നാട്ടുതാളം വീട്.
ഒന്നിൽ നിന്നു സകലതും കൂട്ടി വായിച്ചു
മണ്ണിലും വാക്കിലും ശരിയുടെയാവിഷ്കാരം വീട്.

സാമ്പാർ

കാലത്തിൽ കിടന്ന്
ഇറച്ചിയെപ്പോലെ ഒറ്റയ്ക്കല്ല
ചങ്ങാതിമാർക്കൊപ്പമുള്ള
പച്ചക്കറി വേവലാണ് സാമ്പാർ
കുരുമുളകിൽ കിടന്നു കുറുകില്ല
പുളി മസാല കായം ചേർത്ത്
മണം കൊണ്ട് മോഹിപ്പിക്കും
എന്നിട്ടും
സാറേ, സാറേ, സാമ്പാറേ വിളിപ്പേര്.
മുന്തിയ അടുക്കള
കോഴി ഫ്രൈ, ബീഫ് വരട്ടിയൊരുക്കി
പുറത്താക്കാൻ നോക്കുന്നു
പറഞ്ഞിട്ടെന്താ
വിയർത്തു കുളിച്ചെത്തുന്ന ജോലിക്കാർക്ക്
ചോറ് സാമ്പാർ മീനില്ലെങ്കിൽ
എന്തൊരൂണ്.

സ്ത്രീയേ

1

ഞാനിപ്പോൾ
പ്രണയത്തിന്റെ പേര് കെട്ടിത്തൂക്കി
ഓർമ്മ നില നിർത്തുന്നു
നിന്റെ പേര്
കണക്കു തീർക്കാനല്ല
ജീവിക്കാനാണ്
എന്നോടൊപ്പം നടക്കുന്നത്.

ദുഃഖ കാരണം പലതാവാം
ചിന്തിക്കുമ്പോഴൊക്കെ
നമ്മളതിൽ ചൊരിയുന്നു
ആളിക്കത്തിപ്പോവുക
എന്നൊക്കെ പറയാറില്ലേ
പ്രണയം
ചിലപ്പോൾ അങ്ങനെയാണ്.

ഐക്യഭാവത്തോടെ
എല്ലാം കാണാനായാൽ
നീ- ഞാൻ എന്നത്
ഒരുടലായി നൃത്തം ചെയ്യും
വെളിപ്പെടുത്താതെ
അത് നല്കുന്ന ആനന്ദം ദാമ്പത്യം

2

കാഴ്ചബംഗ്ലാവിലെ മയിൽ അല്ല
മഴ വരുമ്പോൾ പീലി വിടർത്തുന്ന മയിൽ
ഓരോ മഴത്തുള്ളിയാലുമുണ്ട്
പിറകെ വരുന്ന ആയിരങ്ങളുടെ ധ്വനി.
സ്നേഹം പെട്ടിയിലടച്ച് ഒഴുക്കുന്നവർ
അറിയുന്നില്ല
സ്നേഹത്തിന്റെ സുഗന്ധം

വീടിന്റെ ദൈനം ദിനത്തിൽ
മീൻകാരി അമ്മിണിയുടെ പുളിച്ച തെറി
പൂസായ കുഞ്ഞാപ്പുവിന്റെ പാട്ട്.
അടുക്കളക്കാര്യം
പുറത്ത് പറയരുതെന്ന് അടുപ്പ്.
ഉപ്പിലും മുളകിലും പുരണ്ട്
ആത്മകഥയെഴുതി വരാൽ
കവിതയിൽ
മനുഷ്യൻ... മനുഷ്യൻ.. നിലവിളി
നമ്മൾക്കായി

3

പ്രണയം ഗാഢമാകുന്തോറും
ലജ്ജാശീലങ്ങൾ
എവിടേക്കോ മറയുന്നു
എവിടെ പോയെന്ന്
അനുരാഗികൾക്ക് അറിയില്ല
ജലസമൃദ്ധി വരുമ്പോഴാണ്
വിത്തുകൾ നമ്മൾ പരതുക

4

പ്രിയങ്ങളും പഥ്യങ്ങളും രുചികളും
നിറഞ്ഞതാണ് അടുക്കള.
അടുക്കള മേശ
എഴുത്ത് മേശ പോലെ പ്രകീർത്തിക്കാറില്ല.
വലിച്ചെറിഞ്ഞ കൈക്കലത്തുണികൾ
അടുക്കള പോലും ഓർക്കാറില്ല.

5

സുഗന്ധമുള്ള ഹൃദയത്തിലുണ്ട്
ജീവിതത്തിന്റെ ജലാശയം
മനസ്സറ്റു പോയിട്ടില്ലാത്തവർക്ക്
പെയ്തൊഴിഞ്ഞ മഴയിൽ
ബാക്കിയായ ആകാശം
ദയാലുവായ അതിഥി.

ഞാനും അവളും

സീത, സാവിത്രി, രാധ
ഇവരല്ല
ആലില കണ്ണൻ
അവൾക്ക് ദൈവം.
എനിക്കോ
വേടന്റെ രൂപം ധരിച്ച പരമേശ്വരൻ
കരിന്തെങ്ങിന്റെ കള്ള് കുടിച്ച്
ഉദ്ധത നൃത്തമാടിയ ലഹരി ഹരം.
ബാക്കി വന്ന റംകുപ്പി
അവൾ എറിഞ്ഞു പൊട്ടിച്ചപ്പോൾ
ജടപറിച്ച് ദിവ്യനായ
യുവാവിനെ പ്രത്യക്ഷനാക്കാനായില്ല
പറ്റിയെങ്കിൽ
പാർവ്വതിക്ക് പറ്റിയ അമളി
അവളും അനുഭവിച്ചേനേ.

സൈബർ കൃഷ്ണൻ

ഉറിയിലെ വെണ്ണ ഉരുകിത്തീരും മുമ്പ്
എന്റെ കണ്ണാ
വാരിയെടുത്താൽ നിനക്ക് ശാപ്പിടാം
രാധയിങ്ങനെ പറയവെ
ഇന്റർനെറ്റിൽ കിടത്തി
അവളെ മഴ നൃത്തം ചെയ്യിക്കുകയായിരുന്നു

സൈബർ കൃഷ്ണൻ.
മരങ്ങളായ മരങ്ങളൊക്കെ
പുഴകളായ പുഴകളൊക്കെ
ഉണങ്ങി നിന്നാൽ
പെണ്ണുങ്ങളെങ്ങനെ കുളിക്കാനെത്തും.
ഉടുപുടവയെങ്ങനെ കൊമ്പിൽ കെട്ടിത്തൂക്കും.
സെൽഫോൺ മറുപടി പറഞ്ഞു:
ഒരു മെസേജിലൂടെ നിനക്കവരെ ത്രസിപ്പിക്കാം
ചാറ്റ് റൂമിലിരുന്ന് കുളിക്കടവ് കാഴ്ച കാണാം.
പല നിറത്തിലുള്ള ഉടുവസ്ത്രം അഴിക്കാം.
കമ്പ്യൂട്ടറിൽ സേവ് ചെയ്യാം.

പോരേ പൊടിപൂരം
അതിനാൽ
കണ്ണനിപ്പോൾ ബ്ലോഗറായി
ഫേയ്സ് ബുക്ക് തിരക്കായി
രാധ അരയോട് കുടം ചേർത്ത്
കാത്തിരിപ്പ് തന്നെ.

9 789386 637529

Printed by Libri Plureos GmbH in Hamburg,
Germany